రాగమయి

మాదిరెడ్డి సులోచన

క్వాలిటీ పబ్లిషర్స్

రామమందిరం వీధి, విజయవాడ - 520 002

ఫోన్ : (0866) 2433261

RAAGAMAYI
Madireddy Sulochana

©M. Ramakrishna Reddy

Published by
Quality Publishers
Ramamandiram Street
Vijayawada - 520 002
Phone : (0866) 2433261

ISBN No. 978-81-938824-4-3

December 2018

Price
Rs. 80-00

Title Design
Giridhar

DTP
Sai Graphics
Vijayawada

Printed at
Ravella Offset
Vijayawada.

ఈ పుస్తకం పై వచ్చే పారితోషికం
కరుణశ్రీ సేవాసమితి
(హైదరాబాద్) వారికి చేరుతుంది.

ముందుమాట

తిరిగి యిన్నేళ్ళకు మాదిరెడ్డి సులోచన నవలలు మీ ముందుకు వచ్చాయి. దాదాపు ఏభై యేళ్ళ క్రితం, అచ్చమైన తెలంగాణా వాతావరణం, పొందికైన మానవ సంబంధాలూ కలగలిపి చక్కని యితివృత్తాలు ఆమె సాహిత్యంలో కనిపిస్తాయి. డెబ్బై పైగా నవలలు ఆమె రచించారు. వాసిలోనూ, రాశిలోనూ కూడా సులోచన రచనలు ఎన్నతగినవే. ఆమె ప్రమాదవశాత్తూ అకాలమరణం పాలు కాకుండావుంటే, మరెన్ని మంచి నవలలు రాసి వుండేవారోననేది ఊహకు మాత్రమే మిగిల్చి వెళ్ళిపోయారు.

ఇప్పుడు అంటే నూతన సహస్రాబ్ది తొలిదశకంలో యీ నవలల్ని చదువుతున్నపుడు కొన్ని కొన్ని సందర్భాలలో పాఠకులకు అసహజంగా వున్న భావన కలిగే అవకాశం వుంది. ఎందుకంటే గడచిన ఏభై సంవత్సరాలలో ఆర్థిక, సాంఘిక, సాంస్కృతిక రంగాలలో గణనీయమైన మార్పులు వచ్చాయి. ఆనాటి రూపాయికి, నేటి రూపాయికి పొంతన లేదు. కొన్ని వూళ్ళపేర్లు, కొన్ని మాటల అర్థాలు సైతం మారిపోయాయి. వేషధారణ మారింది. దూరాలు తగ్గిపోయాయి. భూగోళం గుప్పెట్లో వొదిగిపోయింది. ఆనాడు వంద రూపాయలంటే చాలా పెద్ద మొత్తం. నేడు అది చిల్లర డబ్బు. కనుక ఇలాంటివి మాదిరెడ్డి నవలలలో తారసపడినప్పుడు విజ్ఞులైన మా పాఠకులు కాలంతో అన్వయించుకుని అర్థం చేసుకోగలరని ఆశిస్తున్నాము. ఆచార వ్యవహారాలలో, మాటతీరులో వున్నట్టుండి ఎన్నో మార్పులు వచ్చాయి. గత యిరవై సంవత్సరాలలో యీ మార్పు అత్యంత వేగంగా జరిగింది.

ఎన్ని మార్పులు వచ్చినా మానవనైజాలు, ప్రవృత్తులు ఎన్నటికీ మారవు. ప్రేమ, ద్వేషం, స్వార్థం లాంటి ముడి దినుసుకు యెన్ని తరాలు గడిచినా చలనం వుండదు. అందుకే మాదిరెడ్డి సులోచన కాల్పనికసాహిత్యంలో మౌలిక అంశాలు నేటికీ నూతనంగానే వుంటాయి.

మాదిరెడ్డి సులోచన సమగ్ర సాహిత్యం ఈ తరం పాఠకులకు అందచెయ్యాలనీ, ఈ నవలల్ని పాఠకులు ఆదరిస్తారనీ మా ఆలోచనలకు మిత్రులనుండి, పాఠకులనుండి సోదర ప్రచురణ కర్తల నుండి ఎంతో ప్రోత్సాహం వచ్చింది. వారికి మా ధన్యవాదాలు.

మా ఈ ప్రతిపాదనకు అంగీకారం తెలిపిన సులోచనగారి కుమారుడు రామకృష్ణారెడ్డి గారికి మా కృతజ్ఞతలు

నవోదయ రామమోహనరావు

విజయవాడ

1-5-2016

రాగమయి

బాలభానుని బంగారు కిరణాలు గిలిగింతలు పెడుతుంటే బద్ధకంగా కళ్ళు విప్పాడు ఆనంద్. ఒక్క క్షణం అయోమయంగా చూచాడు. మరుక్షణమే అర్థం అయిపోయింది. తను తన స్వంతబంగళాలో ఉన్నానని. కళ్ళు విప్పగానే కిటికీ దగ్గర కనిపించే పారిజాత వృక్షముకాని, తల తిప్పి చూస్తే తనకు మేలుకొలుపు పాడుతున్నట్టు ఉండే రాత్‌కీ రాణి గానీ కన్పించలేదు.

ప్రకృతి సౌందర్యమంతా శాంతినికేతన్‌లో వదిలి వచ్చినట్టు అనిపించింది. ప్రకృతి పాడే పాటలకు పరవశించి పోతుండగానే పాణిగ్రాహి వేణువు సుమధురంగా వినిపించేది.

తనొక్కడే ఆలస్యంగా లేచేవాడు. అందరూ తను లేచేసరికి సాధనలో మునిగి ఉండేవారు.

తనెంత అదృష్టవంతుడు! తను నేర్చిన విద్య వృత్తి కోసం కాదు. అభిరుచితో నేర్చాడు. ఆ అవకాశం ఎంతమందికుంటాయి!

"అయ్యగారు... కాదు... సర్... గుడ్‌మార్నింగ్... బెడ్డు టీ..." పీరయ్య వచ్చాడు. అతని చేతిలో టీ ట్రే ఉంది.

"ఒరే పీరయ్యా, ఇలా రా...." ఆనంద్ లేవకుండానే పిలిచాడు.

"అయ్యా! పీరయ్య అంటే పెద్దవాడిలా వున్నాను అనిపిస్తుంది. పీర్ అను చాలు..."

"ఒరేయ్... నీకు పీర్ అని పేరు యెవరు పెట్టారురా?" చేయి చాచి, తల దగ్గరున్న సిగరెట్టుపెట్టె అందుకుని అంటించుకున్నాడు.

"మా యమ్మకండి, పిల్లలు గాలేదండి. అప్పుడండి జంగిర్ పీర్లకు మొక్కుకుని నేను పుట్టాక పీరయ్య అని పెట్టిందండీ!"

"మైగాడ్! మనకున్న ముక్కోటి దేవతలు సరిపోరనా, మరో మతంలోకి వెళ్ళి ప్రార్థిస్తారు?" టీ తీసుకుని త్రాగేశాడు.

"పిన్నీ, నాన్నగారు లేచారా?"

"లేచి వాకింగ్‌కు వెళ్ళారయ్యా! మరండీ.. మరి...."

"నీ మరి మండిపోను! ఏమిట్రా అది?"

"మీకోసం కృష్ణగారు, వారి స్నేహితులు వచ్చారండీ."

"ఆ... ఇప్పుడా చెప్పటం? కాస్త కోపంగా అరిచాడు. లేచి హౌస్ కోటు వేసుకుని, బెల్ట్ ముడి వేసుకుంటూ నాల్గుమెట్లు ఒక్కొక్కసారి దిగాడు. హాల్లో వార్తాపత్రిక చదువుతున్నాడు కృష్ణ, కూడా మరో ఇద్దరు వ్యక్తులు కూర్చున్నారు.

తనూ, కృష్ణ గ్రామర్ స్కూల్ స్టూడెంట్స్, కేంబ్రిడ్జ్ పాస్ అయ్యాక ఇద్దరూ విడిపోయినా ప్రతి సెలవుల్లో కలుసుకుంటుంటారు.

"ఏమిట్రా ఓల్డ్ గయ్! యెలా ఉన్నావు?"

"నాకేం బాగానే ఉన్నాను, నీ సంగతి చెప్పు. దేశం కాని దేశం, భాష కాని భాష...."

కృష్ణ మాటలకు ఆనంద్ పకపకా నవ్వేశాడు.

"ఒరేయ్ మన ఆంధ్రులలో ఉన్న ఆ అవలక్షణమే ఇది, ఇల్లు దాటితే అంతా పరాయిదే అవుతుంది."

"ఆ అవలక్షణాలన్నీ నువ్వు విలక్షణం చేశావుగా...వీరు మా "యువజ్యోతి" సాంస్కృతిక సంస్థ ప్రెసిడెంటుగారు, కోశాధిపతిగారు" కృష్ణ పరిచయం చేశాడు.

"బావుంది మీ పరిచయము. నా పేరు గోపాలరావు..." అధ్యక్షుడు పరిచయం చేసుకున్నాడు.

"నా పేరు శాస్త్రి...." కోశాధికారి నమస్కరించాడు.

"చాలా సంతోషం..." కరచాలనం చేశాడు ఆనంద్.

"పోయిన నెలలోనే వస్తావనుకున్నాం!"

"ఒకసారి ఇంటికి వస్తే మళ్ళీ వెళ్ళటం కుదరదని కలకత్తా, ఒరిస్సా, బీహార్ అంతా తిరిగి వచ్చాను."

"యెప్పుడు వచ్చావ్?"

"రాత్రి కృష్ణాలో వచ్చాను." అన్నాడు ఆనంద్ మరోసారి టీ త్రాగారు.

"ఏమిటి ఉదయమే వచ్చారు?" మరో సిగరెట్టు అంటించుకున్నాడు ఆనంద్.

"నీలాంటివాడిని పట్టాలంటే పడకలోనే పట్టాలి...."

"ఆఁ ఏమన్నావ్?" ఆనంద్ ఫక్కున నవ్వాడు.

"ఒరేయ్ బాబూ! ఏదో నోటికి వచ్చినట్టు అంటానురా. ద్వంద్వ అర్థాలు తెలిసి చావవు" అన్నాడు కృష్ణ నవ్వుతూ.

"ఊరక రారు మహాత్ములు..." ఆనంద్ అడిగాడు.

"ఏంలేదు ఆనంద్, మా యువజ్యోతిని వెలిగించి మూడు సంవత్సరాలు అవుతోంది. మేము ఒక ప్రణాళిక వేసుకుని కార్యక్రమాలు నడుపుతాము. ప్రథమ వార్షికోత్సవానికి మంగళంపల్లి బాలమురళీకృష్ణ గారి కచ్చేరి పెట్టాము. రెండవసారి ఎస్.పి. బాలసుబ్రహ్మణ్యము గారిది పెట్టాము. ఈసారి నువ్వు పాడాలి..."

"ఏమిటి నేనా?" ఆశ్చర్యంగా చూచాడు.

"అవున్రా! శాంతినికేతన్ విద్యార్థివి! కొత్త తరహాగా ఉంటుంది." అన్నాడు బ్రతిమాలుతున్నట్టు.

"అది కాదురా! ఈ రోజులలో శాస్త్రీయసంగీతాన్ని ఎవరు గౌరవిస్తున్నారు? నా అభిరుచి నాది కాబట్టి నేర్చుకున్నాను."

"ఆ భయం ఏం అక్కరలేదు. నువ్వు స్కూల్‌లో ఉండగా సినిమా పాటలు పాడేవాడివి. ఒక అరగంట శాస్త్రీయ సంగీతం, అరగంట సినిమా పాటలు పాడాలి. నువ్వు ఊఁ అను, మిగతా ఏర్పాట్లన్నీ నేను చూస్తాను."

"నేను ఆలోచించుకోవాలి..."

"నాన్నగారొచ్చాక అడుగు. నెలరోజుల నుండి తిరిగిపోతున్నాను. నాకు ఒక్కసారి ఏదయినా చెయ్యాలి అనుకుంటే చేసేవరకు నిదుర పట్టదు."

"ఇప్పుడు నేను గానకచ్చేరి చేసేవరకు నిదుర పట్టదంటావు...."

"అంతే మరి" అన్నాడు.

"ఓ.కే. బాయ్. వీడికి శాంతినికేతన్‌లో చదివితేనే యింత గర్వం ఉంది! ఫారిన్ వెడితే యింకెంత ఉంటుందో అని మీరు అనుకోవటం దేనికి? అలాగే కానివ్వండి" అన్నాడు. రెండు చేతులు సోఫామీద చేరవేసి.

"థాంక్సరా... థాంక్స్!" కృష్ణ ఆనందంగా చేతులు పట్టుకున్నంత పని చేశాడు.

"స్టేజి మీదకి రాళ్ళు పడకుండా ప్రోగ్రామ్ జరిగితే నీకే థాంక్స్ చెబుతాను."

ఆనంద్ మాట పూర్తికాక పూర్వమే ఫోన్ మోగింది. పీర్ తీసుకు వచ్చి యిచ్చాడు.

"హలో... నిక్షేపంగా, అయిదడుగుల పదకొండంగుళాల యెత్తు, యాభై ఎనిమిది కేజీల బరువుతో ఆరోగ్యంగా ఉన్నాను. వెయిట్ కొంచెం తగ్గినట్టుంది. సాయంత్రం చెబుతాను..." అక్కడ ఏమన్నారో గాని ఆనంద్ ఫక్కున నవ్వాడు.

"సరే... ఉహుఁ! నాకు నాల్గు రోజులవరకు తీరదని డాడీతో చెప్పు... నేనే వస్తానుగా....ఆ మరి శాంతినికేతన్ వెళ్ళి ఉట్టి సంగీత సాధనచేస్తే ఏం థ్రిల్లింగ్‌గా ఉంటుంది!... ప్రేమించాను... రహస్యం ... అపరంజిబొమ్మ! సంగీత సరస్వతి.... నిజం... వుంటాను మరి, థాంక్స్!" నవ్వుతూ ఆనంద్ ఫోన్ పెట్టేశాడు.

"నా హార్థిక అభినందనలురా..." కృష్ణ చేయి చాచాడు.

"యెందుకు?" ఆనంద్ తెల్లబోయాడు.

"అపరంజి బొమ్మ, సంగీత సరస్వతిని చేపట్టబోతున్నందుకు."

"ఓరీ .. ఫూలు! ఫూలున్నరా..." ఆనంద్ మరోసారి నవ్వి స్నేహితుడి భుజం చరిచాడు.

"ఇందాక ఫోన్లో..."

"ఓ... అదా! ఇక్కడ ఇంతి బారినుండి బయటపడాలని ఓ బంగారు బొమ్మను సృష్టించానురా! సంగీత సాధనకే సమయం లేదంటే ఇంకా ప్రేమించే సమయమేది?"

"భలేవాడివే! అట్టే సమయం లేదు. పబ్లిసిటీ యిచ్చుకోవాలి, ముఖ్య అతిథిని పిలుచుకోవాలి, ఆహ్వాన పత్రాలు వేయించాలి. నేను చెప్పిన తేదీ గుర్తుపెట్టుకో" కృష్ణ లేచాడు.

"ఆఁ....! ఆఁ!... తేదీ గుర్తుంటుంది కాని, ఏం పాటలు పాడాలో ప్రణాళిక తయారుచేసి యివ్వు."

"శాస్త్రీయ సంగీతం నీకే వదిలిపెడుతున్నాను. లైట్ మ్యూజిక్‌లో రెండు సోలోలు, మూడు డ్యూయెట్లు పాడితేచాలు!"

"డ్యూయెట్లా! మరి నాకు తోడు నువ్వు పాడతావా?"

"మా సంస్థలో చక్కగా పాడే ఇద్దరమ్మాయిలున్నారు. వారు కూడా మ్యూజిక్ కాలేజీలో సంగీతం నేర్చుకుంటున్నారు. వారు పాడతారు."

"ఓ...కే" వాళ్ళను సాగనంపుతూ గుమ్మము వరకు వచ్చాడు.

"ఆనంద్! నీకు యెప్పుడు వీలుంటుందో చెపితే ప్రోగ్రామ్ కంటే రెండురోజులు ముందు ఆర్కెస్ట్రాతో ప్రాక్టీసు చేద్దువు. అలాగే ఆ అమ్మాయిలతో..."

మరోసారి అందరూ నవ్వారు. కృష్ణ ఏమనలేక బుర్ర గోక్కున్నాడు.

"అలాగే" వాళ్ళను సాగనంపి ఇంట్లోకి వచ్చాడు. అప్పుడే వాకింగుకు వెళ్ళిన తండ్రి రంగనాథరావు, పినతల్లి మీనాక్షి వచ్చారు.

"అప్పుడే లేచావా నందూ?" తండ్రి అడిగాడు.

"అప్పుడే అంటున్నారు, ఇప్పుడెంత అయిందో తెలుసా" వాచి చూచుకుంది మీనాక్షి.

"యెనిమిది దాటింది పిన్నీ" అన్నాడు ఆనంద్.

"ఊఁ! వెళ్ళు, వెళ్ళు. అయిదుమైళ్ళు నడిచాం. ఆకలి మండిపోతుంది. బ్రేక్‌ఫాస్ట్ తీసుకుందాం" అన్నది.

"ఏమిటీ! అబద్ధానికి అంతుండాలి. అయిదువైళ్ళా, అరవైలా? అడుగడుగునా సభలేరా మీ పిన్నికి!" రంగనాథరావు నవ్వాడు.

"అయిదు నిమిషాల్లో వస్తాను పిన్నీ" ఆనంద్ పైకి వెళ్ళిపోయాక, మీనాక్షి స్నానం చేసి వచ్చింది. ఆనంద్ తల్లి పోయాక మీనాక్షిని మధ్యతరగతి కుటుంబం నుండి తీసుకు వచ్చి వివాహం చేసుకున్నాడు. ఆనంద్‌ను, సవత్తల్లిలా బాధలు

పెట్టలేదు. బాధ్యతగా పెంచింది. ఆనంద్‌తో పాటు ఆమె అన్న తమ్ముల పిల్లలు, అప్పాచెల్లెండ్ల పిల్లలు ఇంటినిండా వుండేవారు. వారెందుకని ఆక్షేపిస్తే, ఆనంద్‌ను సరిగ్గా చూస్తుందో లేదోనని రంగనాథరావు అయిష్టంగా వున్నా ఏమీ అనలేదు. ఆమె చిన్నన్న కూతురు శశిని తీసుకొచ్చిందోసారి.

"మన కాబోయే కోడలండీ..." నవ్వుతూ తన నగలు అలంకరించింది.

"అంటే?" ఆయన ముఖం చిట్లించారు.

"నందుకు చేసుకుందామని..."

"మీ అన్నకు మాటిచ్చావా?"

"యెందుకా వెటకారం! నా సంబరంకొద్దీ అన్నాను. దానికి మహా అయితే పన్నెండేళ్ళు లేవు. పోమ్మా ఆడుకో. నా సంతోషంలో అన్నాను" అన్నది చిన్నబుచ్చుకొని.

"చూడు మీనా! నువ్వు మీ వాళ్ల కోసం యింత ఖర్చు చేస్తున్నావు ఏమయినా అన్నానా? మన పొలాలు అజమాయిషీ మీ చెల్లెలి భర్తకు అప్పగించావు ఆక్షేపించానా? వివాహ విషయంలో పేర్లు పెట్టుకొని నిష్ఠూరపడటం నాకిష్టం లేదు..." అన్నాడు ఖచ్చితంగా.

"శశి అందంగా లేదా?"

"అంబురుహిణిలాంటి అమ్మాయి కావాలని నాకు లేదు. నాకున్నదల్లా ఒక్కడే కొడుకు. వాడికి అర్హత, అంతస్తున్న సంబంధం చేస్తాను."

"మీ ఇష్టం. నేనెంత పెంచినా మారుటి తల్లినేగా!" అన్నది.

ఆ తరువాత ఆ ప్రస్తావన రాలేదు. ఆనంద్ ఎమ్.ఎస్సీ చేస్తూ సంగీతం నేర్చుకోవటం, అతను పందొమ్మిది దాటగానే ఎమ్మెస్సీ పాసయినందు వలన శాంతినికేతన్ పంపడం జరిగింది. ఈ లోపల సెలవుల పేరుతో, రోగాల పేరుతో, కేసుల వంక ఆమె అన్నదమ్ములు, వారి పిల్లలు, బంధువులు వచ్చి వెడుతున్నారు.

కొడుకు వచ్చాడన్న సంతోషంతో వంటింట్లోకి వెళ్ళి వంటలు పర్యవేక్షించాడు రంగనాథరావు.

"ఇడ్లీ చేసినప్పుడు కారప్పొడి చెయ్యాలి రాజమ్మా."

"రండి, రండి అన్నీ చేస్తారు" ఆమె విసుక్కుంది. అతనొచ్చి కూర్చున్నాడు.

"అన్నయ్య ఉత్తరం వ్రాశాడు. శశికి పెళ్ళి చేస్తానని".

"చెయ్యమను, మనపై ఎలాంటి ఆశలు పెట్టుకోవద్దని ఎప్పుడో చెప్పాను."

"ఇంతోటి ధనవంతులు దొరకరని ఆయనేం ప్రాధేయపడలేదు. నన్ను వారం రోజులు ముందుగా రమ్మని వ్రాశారు."

"వెళ్ళు. కాదన్నదెవరు?"

"ఓ పదివేల రూపాయలు కావాలి. అన్నీ నేనున్నానన్న ధీమాతో పాతిక వేల కట్నం ఇస్తానన్నాడట. పదిహేనువేలే జమకూడిందట. పదివేలు కట్నం డబ్బులు, పెళ్లి ఖర్చులున్నాయి."

"నువ్విస్తావన్న ఆశతో లక్ష రూపాయలిస్తే కాదన్నదెవరు? మనుషులు పుట్టాక సిగ్గూ ఎగ్గూ లేకపోతే ఎలా?"

"వాళ్ళు సిగ్గులేని పనులేం చేశారు?"

"తమ సంతానానికి కావాల్సినవి తాను సేకరించాలి. యెవరి మీదో ఆధారపడతారా? మీ అన్నలాంటి వాడే పక్కింట్లో పాడిగేదె ఈనితే తనింట్లో ఉట్టి కట్టుకున్నాట్ట."

"ఇన్ని మాటలెందుకు? అప్పుగా ఇవ్వండి."

"అప్పూ లేదు, చెప్పూ లేదు. ఈ మధ్య నా వ్యాపారం దెబ్బతిన్నది. కాలం కాలేదంటూ మీ వారు పొలం మీద ఆదాయం అల్లికి అల్లి సున్నకు సున్నా చూపుతున్నారు. నేనే మన పరువు ఎలా నిలబెట్టుకోవాలా అని చూస్తున్నాను. స్నేహితుడి అమ్మాయిని మన ఆనంద్‌కు చేసుకుని, అతడిని నా అంశలుడిగా చేసుకుందాం అని వుంది."

బల్లమీద ఇడ్లీ పెడుతున్న పీరయ్య తనూ మాట కలిపాడు వాళ్ళతో.

"సూర్యారావుగారమ్మాయి అబ్బాయి గార్కి ఫోన్ చేసిందండి."

"నువ్వు నోరు ముయ్యి" మీనాక్షి కసురుకుంది. సూర్యారావు ఆనంద్‌కు పిల్లనిస్తాడా! అతనూ, తన భర్త మంచి స్నేహితులే. అతను కోరితే డాక్టరో, ఇంజనీరో, ఫారిన్ రిటర్న్డు వ్యక్తో వస్తారు. అతనికి అగ్రికల్చరల్ టూల్స్ ఏజన్సీ ఉన్నది. పెద్ద పెద్ద సంస్థలన్నిటిలోనూ వాటాలున్నాయి.

"ఆలస్యం చేశానా పిన్నీ?" ఆనంద్ రెండేసి మెట్లు ఒకసారి దిగాడు.

"ఫరవాలేదు రా!" అన్నదామె. ముగ్గురూ కూర్చుని పలహారం చేశారు.

2

ఆనంద్ తండ్రి కారు తీసుకుని "వాణీబాలానందం" హాలుకు వచ్చాడు. అతను ప్రాక్టీసుకోసం రావడం ఇది మూడో రోజు. రెండు రోజులు సరదాగా గడిచింది. ఇద్దరమ్మాయిలు చదువు, సంస్కారం కలవారే. చక్కని చుక్కలు కాకపోయినా ఆకర్షణీయంగా ఉన్నారు. రేవతి తనతో కలిసి ఏకవీరలోని "తోటలో నా రాజు" పాట పాడింది. చాలా బావుంది. నిరుపమ లయ తప్పుతుంది గాని తేనెలూరే గొంతు.

"హాయి.. హాయిమని ఆమనిపాడే" అన్న పాట ప్రాక్టీసు చేశాడు. మరో రెండు హిందీ డ్యూయెట్లు పాడారు. ఈ రోజు ఏవయినా హుషారయిన పాట ఎన్నుకుందామని అనుకున్నారు. అందుకే త్వరగా వచ్చాడు. అమ్మాయిలే వొళ్ళంతా వయ్యారం అన్నట్టు ప్రవర్తిస్తే తనకేం సిగ్గు. హాలంతా ఎగురుతూ పాడారు. భావ ప్రదర్శన చెయ్యకపోతే భాషకు అందం రాదు పాటకు పల్లవి కుదరదేమో.

రోజులా ఆనంద్‌కోసం ఎదురుచూస్తూ కృష్ణ గుమ్మం దగ్గర లేడు. ఆశ్చర్యంగా లోపల అడుగు పెట్టినా ఎవరూ పట్టించుకోలేదు.

కృష్ణ, గోపాలరావు తీవ్రంగా వాదించుకుంటున్నారు.

"ఏమయింది కృష్ణా?"

"వచ్చావా ఆనంద్! కొంప మునిగింది! నిరుపమ, రేవతి ఇద్దరూ రాలేమని కబురు చేశారు" కృష్ణ ముఖం పది లంఖణాలు చేసినట్టుంది.

"ఏం ఎందుకట?"

"కారణాలు చెబుతారా?"

"నాకు తెలుసు ఆనంద్‌గారూ! నిరుపమను పిలువటానికి వెళ్ళినప్పుడు ఆహ్వాన పత్రము కూడా తీసుకు వెళ్ళాను. అక్కడ సినిమా తారల పేరు కనిపించ లేదు. దానితో ఆ అమ్మాయి ముఖం మాడ్చుకున్నది" అన్నాడు శాస్త్రి.

"అంటే సినిమా తారలుంటేగాని పాడరా!" ఆనంద్ ఆశ్చర్యంగా అడిగాడు.

"ఈ మధ్య యువకళాకారులలో ఈ ట్రెండ్ బాగా పెరిగిపోయింది. ఏం చేయాలి? సినిమా తారల చుట్టూ తిరిగి తిరిగి కాళ్లు పడిపోతున్నాయి ఆనంద్."

"ఎందుకు రారు? వెడదాం పద."

"ఇప్పుడు వెళ్ళినా లాభంలేదు. పబ్లిసిటీ యివ్వటానికి సమయం లేదు. వాళ్ళూ మనుష్యులే! షూటింగ్ నుండి వచ్చి మళ్లీ మన కార్యక్రమాలు ఏం చూస్తారు? మన సంస్థ అంటే ఫరవాలేదు. కొన్ని సంస్థలున్నాయి. ఆరుగంటలకు కార్యక్రమం ప్రారంభం అంటారు, తొమ్మిదింటికి ప్రారంభిస్తారు!"

"ఈ సినిమా తారల ప్రభావం పోగొట్టి, సాంస్కృతిక కార్యక్రమాల పట్ల అభిరుచి పెంచాలి."

"గోపాలరావు గారూ! ఆ అభిరుచులు, ఆశయాలు తరువాత. ఈ కార్యక్రమము గట్టెక్కేది ఎలా!" కృష్ణ దిగులుగా అడిగాడు.

"నువ్వు పాడగలవు. సన్నగా, చిన్నగా అమ్మాయిలా వుంటావు. చీర కట్టుకుని పాడేసెయ్యి!" ఓ మెంబరు సలహా ఇచ్చాడు.

"మీ వీపులు సాప్ అయితే ఫరవాలేదు గానీ, రవీంద్ర భారతి కుర్చీలు, బల్లలు విరిగితే డిపాజిట్ పోతుంది!" అన్నాడు పళ్ళు కొరుకుతూ.

"వీరిద్దరూ తప్పితే పాడేవారు లేరా?" చిరాకుగా అడిగాడు ఆనంద్.

"ఉన్నా ఒక్క సాంస్కృతిక సంఘంలో సభ్యులు. వారిని బ్రతిమాలే సమయం లేదు."

"మహరాజా బార్‌లో పాడే సునీల్‌ను పిలవనా" శాస్త్రి అడిగాడు.

"పిలిచి ఆమె వేసే వేషాలు చూచి జనం రాళ్ళు వేస్తారు. మనిద్దరం తల అడ్డుదాం..." కృష్ణ అన్నాడు విసుగ్గా.

మిగిలిన సభ్యులంతా కబుర్లు చెప్పుకుంటున్నారు.

"రేవతి ఎందుకు రాలేదు?"

"ఆమె సినిమాలో పాట పాడిందట. నిన్నటినుండి ఆ రికార్డు వేస్తున్నారు. ఇక చిన్న చిన్న సంస్థలలో పాడటం అవమానంగా భావిస్తుంది."

"నేను వివిధ భారతి వింటున్నానే, ఏ పాట?"

"అదే సుశీలగారు పాటపాడితే నలుగురు వెంట వుండి 'ఉయ్యాలో' అంటారు, అందులో రేవతి కూడా వుంది."

ఆనంద్ 'మైగాడ్' అనుకున్నాడు. అతను ఓ సిగరెట్ వెలిగించుకుని రెండు దమ్ములు లాగి వచ్చాడు.

"ఒరేయ్ కృష్ణా! నన్ను వుండమంటావా? పొమ్మంటావా?"

"వీళ్ళందరి ఒత్తిడికే చస్తున్నాను. నువ్వయినా దయ తలుచు."

"వెళ్ళి కవితను పిలవనా?" అడిగాడు గోపాలరావు.

"వంద రూపాయలు అవుతాయి.'

"అయినా ఫరవాలేదు. టీ, కాఫీల బాధలేదు. పిలవాలన్న తాపత్రయం లేదు!"

"అలాగే పిలువు. డెబ్బయి అయిదు కొస్తుందేమో చూడు."

"నీ గుణం పోనిచ్చుకున్నావు కాదు. ఆ అమ్మాయికి వేరే ప్రోగ్రాం లేకపోతే సంతోషించాలి." విసుక్కుంటూ గోపాలరావు వెళ్ళిపోయాడు.

"ఈ రోజు సెంటాన్స్‌లో నృత్యనాటిక ఉంది. అందులో పాడుతుందో ఏమో! రేపు ఒక్కరోజు వచ్చినా చాలు."

"వస్తుందిలే, మన సంస్థ నుండి ఇంతో, అంతో ముడుతుందని తెలియదా?" మరో మెంబరు ధీమాగా హామీ ఇచ్చాడు.

"డబ్బు కోసం పాడేవారుంటారా?" ఆనంద్ చికాకుగా చూచాడు.

"మరి సినిమా వాళ్ళు..." నసిగాడు ఓ సినిమా పిచ్చి సుధాకర్.

"వాళ్ళను వదిలేయండి. మీ సంస్థలో ఉన్న సభ్యులంతా డబ్బు తీసుకొనే పాడుతున్నారా?" ఆనంద్ అడిగాడు.

"నయం! తిరిగి చేతినుండి డబ్బులు ఖర్చుకాకుంటే చాలండీ, మన జనములో టికెట్టుకొని పాటవిందాం, నాటకాలు చూద్దాం అన్న ఉత్సాహం లేదు. ఒకో ప్రోగ్రామ్‌కు మా చేతినుండి రవీంద్రభారతి అద్దె, ఆర్కెస్ట్రాకు కట్టుకుంటాము" మరో మెంబరు చెప్పాడు.

"కట్టుకున్నా ఫరవాలేదండీ! కళ అమ్ముకుంటున్నామన్న కలవరం ఉండదు. ఆత్మతృప్తి ఉంటుంది. కళ కళ కోసమేగాని వ్యాపార దృష్టిలో చూచి కలుషితం చెయ్యకూడదు."

"మీరన్నది అక్షరాలా నిజం అండీ."

"మీ అక్షరాలా నిజం వింటే భిక్షాటన తప్పదు గాని ఆ తబ్లిస్ట్ రామస్వామి యెటో పోతున్నాడు. కాస్త చూడండి సుధాకర్‌గారూ!" కృష్ణ అదిలించాడు. సుధాకర్ కాస్త కోపంగా చూచి వెళ్ళిపోయాడు.

కాస్త డబ్బున్నవారిని చూస్తే యెలా చుట్టూ మూగుతారు అనుకున్నాడు కృష్ణ.

"ఆనంద్ నువ్వు పాడే సోలో సాంగ్స్ ఒక్కసారి చూచుకుందువుగాని రా."

"పద...." ఇద్దరూ హాల్లోకి వెళ్ళారు. ఆర్కెస్ట్రాకు ఆదేశాలిచ్చి 'కుడి యెడమయితే..." యెత్తుకున్నాడు. అది బాగా వచ్చింది. కిశోర్‌ది ఓ హుషారయిన పాట ప్రాక్టీస్ చేశాడు. ఆడియెన్స్ కంటే ముందు అక్కడున్న సభ్యులే హర్షధ్వానాలు చేశారు. 'రావే నా చెలియా.... రావే నా చెలియా..."

అతను పాడుతున్నా ఆర్కెస్ట్రా, క్యాచ్ చెయ్యలేకపోతుంది. పాటకు, వారి వాయింపు అసలు సమన్వయం కుదరటం లేదు.

"రావే నా చెలియా..."

"మీరు మరికాస్త శ్రుతి పెంచాలి రామస్వామిగారూ! సుబ్రమణ్యంగారూ మీ స్పీడ్ తగ్గాలి."

ఆనంద్ ఆశ్చర్యంగా పాట ఆపి అటు చూచాడు. ఓ ఇరవై ఏళ్ళ యువతి పాత నేత చీరలో నిల్చుంది. భుజాల నిండుగా కప్పుకుంది. ఆమె ఆనంద్‌ను గమనించటం లేదు. ఆర్కెస్ట్రా వారితో మాట్లాడుతూంది.

"అమ్మయ్య! వచ్చావా కవితా - నాకెంత భయంగా వుందో! సెంటాన్స్ వాళ్ళ గ్రూప్‌లో ఉన్నారేమోనని...." కృష్ణ చారెడు ముఖం చాటంత అయింది.

"వాళ్ళు పిలిచారండి. శేషుకి యెక్కువగా వుంది, అర్ధరాత్రి వరకు ఒంటరిగా ఉండలేడు. మీ కార్యక్రమాలు అనుకున్నట్లు సమయానికి జరుగుతాయని వచ్చాను."

"థాంక్స్! వీరు ఆనంద్‌గారు. శాంతినికేతన్ సంగీత కళాశాల విద్యార్థి. ఎల్లుండి మన కార్యక్రమములో కర్త ఆయన..."

"నేను కర్మనా?"

అందరూ నవ్వారు. ఆనంద్ ముఖం చిట్లించాడు.

"ఆనంద్! ఈవిడ కవిత... ఆ పేరు తగదు. సంగీత అని పెట్టవలసింది. జంట నగరాలలో పేరున్న గాయనీమణి. ఏ పాటయినా ఒక్కసారి వింటే పట్టేస్తుంది."

"పాటనా, పాడేవారినా?"

మరోసారి అందరూ గొల్లున నవ్వారు. కవిత వినయంగా ఆనంద్‌కు నమస్కరించింది.

అతను తల పంకించాడు.

"ఇక పదండి.. నా గుండెలు గుఱ్ఱాల్లా పరిగెత్తాయి..."

"ఇక్కడేనా, రేస్‌కోర్స్ గ్రౌండులోనా! ఒరేయ్ కృష్ణా! అతిశయోక్తులు చాలు. గుండెల్ని గూట్లోకి తెచ్చుకో" ఆనంద్ అతని భుజం చరిచాడు.

ప్రాక్టీస్ మొదలయింది. అందరు చెప్పిన దాంట్లో అబద్ధం లేదనిపించింది ఆనంద్‌కు, కవిత పాటలు విన్నాక. ప్రాక్టీస్ అయ్యేసరికి రాత్రి ఎనిమిది గంటలు దాటింది. అందరూ టీ తాగుతున్నారు.

"కృష్ణగారూ! నేను వెళ్ళిరానా మరి?"

"సరే..." కృష్ణ గుమ్మం వరకు వెళ్ళి సాగనంపాడు.

"మనిషికి చాలా గర్వం అనుకుంటాను" ఆనంద్ అడిగాడు.

"నేను వారి గుణగణాలు ఎక్కువగా పట్టించుకోనురా. మనకు కావల్సింది ఆ అమ్మాయి పాట. పాట బాగా పాడుతుంది. అది చాలు" అన్నాడు.

ఆనంద్ నవ్వుకున్నాడు స్నేహితుని మాటలకు. తనూ బయటికి వస్తుంటే ఈసారి హాలుహాలంతా కదిలివచ్చింది. అందరి దగ్గర సెలవు తీసుకుని ఆనంద్ ఇంటికి వచ్చేసరికి ఇల్లంతా నిశ్శబ్దంగా ఉంది.

"పీర్! పిన్నీ నాన్నా! ఏరి?"

"మరి... మరండీ" భయంగా చుట్టూ చూశాడు.

"ఏం జరిగిందిరా?" యెవరన్నా వచ్చారా?"

"కాదండి... అమ్మా నాన్న కొట్లాడుకున్నారు. అమ్మకు డబ్బు కావాలట. నాన్నగారు లేదన్నారు! ఆమె అలిగి పుట్టింటికి వెళ్ళిందండి. శశమ్మగారి పెళ్ళంట."

"ఆఁ శశి పెళ్ళా! పిన్ని నాతో చెప్పనేలేదు!" అన్నాడు ఆశ్చర్యంగా. వంటావిడ రాజమ్మ వచ్చింది.

"చిన్నయ్యా! మీ అమ్మ ఉన్నంతకాలం నుండి ఈ ఇల్లు కనిపెట్టుకున్నానయ్యా. మీరు మీనాచ్చమ్మని అమ్మ అనుకుంటారు గాని ఆమె మిమ్మల్ని కొడుకు అనుకోదు."

"రాజమ్మా!" ఎన్నడూ మాట్లాడని రాజమ్మ నోరువిప్పిందంటే పెద్ద గొడవే జరిగి వుంటుంది.

"అవును చిన్నయ్యా! సంవత్సరంలో పన్నెండు నెలలు పుట్టింటివారో అప్పా, చెల్లెండ్లో ఉండే ఉంటారు. వారు లేకపోతే రుసరుసలు, రసరసలేనాయే."

రాజమ్మ చెప్పటం కాదు. అతనికి గతించిన రోజులు గుర్తుకు వచ్చాయి. యింటినిండా బంధుజన ముంటేనే మీనాక్షి తృప్తిగా తిరిగేది. లేకపోతే అందరిపైనా అరిచేది. ఇంట్లో ఎవరూ లేనప్పుడు పిన్నిని పలకరించాలంటే భయంగా ఉండేది.

"అందుకే పెద్దలన్నారు బాబూ! కడుపులకు పెట్టిన కొంపలు కడతేరి పోయాయి. దేవుడికి పెట్టిన కొంపలు దేవిడీలు అయ్యాయి అని. అయ్యగారి ఆస్థంతా కరగనాకి, మిమ్మల్ని బజారులో నిలబెడితేగాని ఆమెకు నిదురపట్టదు.

"రాజమ్మా! మా విషయాలలో తలదూర్చకు. నాన్న అంత మూర్ఖుడేం కాదు." చరచరా పైకి వెళ్ళాడు. అతనికి ఒంటరితనం నరకంలా ఉంది.

నిజంగా పూజ్యుడు రవీంద్రనాధ్‌గారు శాంతి ఉండాలని శాంతినికేతన్ అని పెట్టారు. శాంతి, సంతోషాలకు నిలయం ఇక్కడ ఏమి వుంది. తండ్రి తన నుండి తప్పించుకు తిరుగుతాడు. తనేం చేయాలి? ఏదయినా ఉద్యోగం చేయాలి. ఈ పరిసరాలకు దూరంగా వెళ్ళాలి.

"భోజనం చెయ్యరా అయ్యగారూ?" పీరయ్య వచ్చాడు.

లేచి చేతులు కడుక్కుని బల్ల దగ్గరకు వచ్చాడు. ఒంటరిగా భోజనం చెయ్యాలనిపించలేదు. శాంతినికేతన్ తోటివారి అల్లరి గుర్తుకు వచ్చింది.

"ఉహు! వద్దురా" పైకి బట్టలు మార్చుకుని మెల్లగా పాత స్నేహితులు కలుసుకునే త్రీఎసెస్‌కు వెళ్ళాడు.

"ఓ... ఆనంద్! కమాన్ మాన్.... కమాన్" వారిద్దరు ఎదురు వచ్చారు. విశ్వం, కుమార్, అతనికి బిఎస్సీ వరకు క్లాసుమేట్స్. కుమార్ సూర్యారావు అన్న కొడుకు. విశ్వం ఆర్థికమంత్రి గారి మేనల్లుడు. ఇద్దరికి కావల్సినంత ఉంది. క్లబ్బులు, సినిమాలు వీరి పాస్టయిమ్స్.

"ఏమిట్రా అంత మౌనంగా వున్నావు."

"అబ్బే ఏంలేదు." ముగ్గురూ వెళ్ళి కూర్చున్నారు. తందూరి పనీర్ కర్రీ ఆర్డరు చేశారు.

"ఆనంద్! ఆ అనామకమయిన అసోసియేషన్ లో నైట్ ఇస్తున్నావ్. బుద్ధి ఉందా! ఒక్కమాట నాతో చెబితే గ్రాండ్‌గా మినిస్టర్ల, సినిమాయాక్టర్ల సమక్షంలో ఏర్పాటు చేసేవాడిని."

"నేను అడిగి చేయించుకుంటానని భావిస్తున్నావా?" తీక్షణంగా అడిగాడు.

"అబ్బే అదికాదురా. మనం డిగ్నిటీ మేంటేన్ చెయ్యాలి. నువ్వు అచ్చు కిషోర్ కుమార్‌లా పాడుతావు!"

"నేను నాలాగా పాడితే చాలురా" కాస్త విసుకుగా, లిని జీ పాడుతుంటే భోజనాలు ముగించారు.

"ఎలా వుందిరా పాట."

"వినటానికన్నా చూడటానికి బావుంది."

కుమార్, విశ్వం పెద్దగా నవ్వారు.

"ఈరోజు షబ్‌నమ్ కేబరే నాట్యం ఉంది చూద్దామా?"

"చూడక ఇంటికి వెళ్ళి ఏం చేస్తావురా."

"సరే" అన్నాడు ఆనంద్ సిగరెట్ వెలిగించుకుంటూ.

3

యువజ్యోతి వారు నిర్వహించిన 'స్వరలహరి' ముగిసింది. ఎవరూ ఊహించనంత జయప్రదంగా జరిగింది. ప్రతీ కార్యక్రమములో ఓ సభ ఉంటుంది. దాన్ని అలంకరించిన పెద్దలు కార్యక్రమాన్ని ప్రశంసించడమో, విమర్శించడమో చేస్తుంటారు. వేదిక అలంకరిస్తుండగా ఆనంద్ గ్రీన్‌రూమ్‌లో కూర్చుని టీ త్రాగాడు.

అతని కళ్ళముందు వేదికమీద స్థిరంగా నిలబడిన కవిత తిరుగుతుంది. ఆమె చప్పట్లకు చలించదు. ఈలలకు ఉలికిపడదు. వన్స్‌మోర్‌లకు తలాడించదు. చుట్టూ ఎంత గందరగోళం జరిగింది, అయినా చలించకుండా "సంకురాతిరి వెళ్లే వరకు శుభలగ్నం లేదన్నాడే" అంటూ నిశ్చలంగా నిలబడి పాడింది. ఆ పాట ప్రోగ్రామ్‌లో లేదు. శ్రోతల అభ్యర్థనలపై పాడింది. అది కాస్త చేదుమాత్రలా అనిపించింది ఆనంద్‌కు.

"రారా..." కృష్ణ హడావుడిగా వచ్చాడు. వేదిక దగ్గర నుండి ఆనంద్ లేచాడు. అప్పటికే గోపాలరావు పెద్దలను వేదికపైకి ఆహ్వానించాడు.

"ఈనాటి ఈ కార్యక్రమానికి ప్రాణం పోసి, మా యువజ్యోతిని మూడోసారి వెలిగించి, ఆ వెలుగులో మమ్మల్ని, మా కృషిని తిలకింపచేసిన యువ గాయకుడు, శాంతినికేతన్ విద్య నభ్యశించి వచ్చిన ఆనంద్‌ను వేదికపైకి రమ్మని కోరుతున్నాను."

ఆనంద్ అడుగు పెట్టగానే యువజ్యోతి సభ్యుడు పూలమాల వేశాడు. జనం చప్పట్లతో హాలు మారుమ్రోగింది.

ఆనంద్ నమస్కరించి కూర్చున్నాడు.

"కవితేది?"

"పెయిడ్ ఆర్టిస్టులకు ఆ వేదికమీద స్థానం లేదు." కృష్ణ చెప్పాడు. ఆనంద్ ఆ విషయం విని తల పంకించాడు. ఆనాటి వేదికపై తన నిర్ణయం చెప్పాడు.

"కళ కళకోసమే ఉండాలి. అప్పుడే తగినంత ఆదరణ దొరుకుతుంది. కళ వ్యాపారం కాకూడదు. కొందరు కళను వ్యాపారంగా మార్చి డబ్బులు సంపాదిస్తున్నారు. కళకు కాసుకు ముడిపెట్టిననాడు లలిత కళలు వాటి ప్రశస్తిని

కోల్పోతాయి. సభికుల హర్షధ్వనులు వినిపించాయి. మళ్ళీ కార్యక్రమం ప్రారంభమయింది.

ఆనాటి సభ ముగిసింది. అందరూ వెళ్ళిపోయారు.

"ఆనంద్! ఇతను మన స్టేజి డెకొరేషన్ చేయడానికి చాలా సహకరించాడు. కాస్త కోఠి దగ్గర వదిలేయి. రవీంద్రభారతికి రావాలంటే అందరూ జడుసు కుంటారు. ప్రోగ్రామయ్యాక బస్సులు దొరకవు. ఆటోలు ఆకాశాన్నంటే ధరలు చెబుతారు."

"ఓర్నాయనో! ఎంత పెద్ద ఉపన్యాసం దంచావురా తండ్రీ!"

"దంచటానికి వడ్లు కావు."

"సరే, తీసుకువెళ్ళు, ఆర్గనైజర్‌గా ఉండటమంత బుద్ధితక్కువతనము మరొకటి లేదురా. పాటపాడే ప్రతివాడో ఫోజు. ఆర్కెస్ట్రా తక్కువయితే కోపం, అమ్మాయిలు తప్పు పాడితే కోపం, ఇక డ్రామా సెక్షన్ను కదపాలంటే భయం. అందరికి సమానమయిన డైలాగులు కావాలంటారు."

"అదెట్లా సాధ్యం? కలకత్తాలో అలాంటిదేం లేదు. వాడు తనకే రోలిచ్చాడు. యెన్ని డైలాగ్సు ఉన్నాయి అని చూడడు. ఇచ్చినదానికి న్యాయం చేయాలని చూస్తాడు."

"అందుకే వాళ్ళు నాటకాలు ఆడగల్గుతున్నారు. స్క్రిప్టు యిచ్చాక డైరెక్టర్‌తో సమస్య. తన కనుగుణంగా స్క్రిప్టు మార్చాలంటాడు.

"యెంత దరిద్రపు స్క్రిప్టు అయినా ప్రతిభగల డైరెక్టర్ చేతిలో రాణించాలి. నిజమైన డైరెక్టర్ స్క్రిప్టు జోలికి పోడు..."

"ఈ బాలారిష్టాలు దాటాక రిహార్సల్స్ గోల...."

"యిన్ని తంటాలుపడుతూ ఈ సాంస్కృతిక సంఘాలు నిర్వహించక పోతేనేం?"

"అదో పిచ్చిరా! త్రాగుడు, జూదంలాగే, నూటికి ఒక్కడు నీలా సహకరించే వారుంటే సంఘం యెంతో ముందంజ వేసేది..."

"ముఖస్తుతి మొదలుపెట్టావూ! అయింది...." కారు పోనిచ్చాడు ఆనంద్. ఆ అలంకరణిస్టును కోఠిలో దింపి, సరాసరి హిమాయత్‌నగర్‌లో ఉన్న తన

ఇంటికి వెళ్ళాడు. అతను వెళ్ళేసరికి హాలులో సూర్యారావు, తండ్రి కూర్చున్నారు. బల్లమీద నోట్లకట్టలున్నాయి.

"నీ ఋణం యెలా తీర్చుకుంటానో సూర్యం..."

"మన మధ్య ఋణాల ప్రసక్తి దేనికిరా! పదివేలు ప్రాణస్నేహితుడికిచ్చు కోలేనా?"

"యెప్పటికప్పుడు మీనాక్షిని కంట్రోల్ చేద్దాం అనుకుంటాను. ఆమె అలగగానే కరిగిపోతాను. తనకు ఏదో ఆశలుంటాయి. పిల్లా పీచూ లేదాయె..."

"అది నీ స్వవిషయం వస్తాను..... అల్లుడు కూడా వచ్చాడు. ఏదో నీ ప్రోగ్రాముందట, సరితకు చెప్పలేదట. అలిగి కూర్చుంది" అన్నాడు.

"సరిత రావలసినంత స్టాండర్డు ప్రోగ్రామ్ కాదు రావుగారూ!"

"అనుకున్నాలే! అయినా అదేం పిలుపు గారూ, గీరూ అంటూ..."

"మా కలా అలవాటయింది" అన్నాడు నవ్వుతూ.

"విద్యార్థి దశలో యెన్నో అలవాట్లు అవుతాయి. అవి మానివేయటం పెద్ద కష్టం కాదు" తీక్షణంగా చూచి వెళ్ళిపోయి తన కారులో కూర్చున్నాడు. ఆనంద్ అప్రతిభుడయినట్టు నిల్చున్నాడు.

రంగనాధరావు స్నేహితుని సాగనంపి వచ్చాడు.

"ఏమిటో అలా నిల్చున్నావ్?"

"నాన్నా! ఏమిటి అతని ధోరణి?"

"ఏమన్నాడు?"

"నాకు నీతులు చెబుతాడేమి? రావుగారూ అన్నాను. అందులో తప్పేం ఉంది?"

రంగనాధరావుగారు పెద్దగా నవ్వారు.

"ఓ అదా! కాబోయే అల్లుడువి. సరదాగా మామయ్యా అంటే సంతోషిస్తాడు కదరా..."

"కాబోయే అల్లుడినని ఆయన అనుకుంటే చాలా?"

"నేనూ అనుకుంటున్నాను...."

ఆనంద్ నోట మాట రానట్టు నిలబడిపోయాడు. తండ్రిని ఇంతవరకు ఎదిరించే పరిస్థితి రాలేదు. ఇప్పుడెలా?

"అనవసరమైన ఆలోచనలు పెట్టుకోకు. నీ క్షేమము కోరేవారిలో నేను ప్రథముడిని అని గుర్తించు. రేపు తెల్లవారురుఝామున పిన్ని వాళ్ళ ఊరు వెడుతున్నాము. శశి పెళ్ళి..."

అతను తన గదిలోకి వెళ్ళాడు.

ఆనంద్ పైన తన గదిలోకి వెళ్ళి బట్టలు సర్దుకుంటూ ఆలోచిస్తున్నాడు. అతనికి మొదటిసారిగా తల్లి లేకపోవటం యెంత దురదృష్టకరమో అర్థం అయింది.

"అయ్యా! భోజనానికి రమ్మంటున్నారు..." పీరయ్య పిలిచాడు.

"నాకు ఆకలి లేదురా."

"ఈ రోజు రాజమ్మ గుత్తివంకాయ కూర చేసిందయ్యా...."

"ఊఁ చేస్తే ఏం?"

"మీకనే చేసింది. అయ్యగార్కి పల్లునొప్పి తినరు. మేం తినం..." వాడు బుర్ర గోక్కున్నాడు.

"ఊఁ..." పనివారికయినా తన ఇష్టాయిష్టాలు కావాలి. క్రిందికి వచ్చి రాజమ్మ కోసం భోజనం చేశాడు. అతని మనసు అల్లకల్లోలంగా ఉంది. అతను పైకి వెళ్ళాడు. అతని కళ్ళముందు తనూ, సరిత కలసి తిరిగిన విషయాలు గుర్తుకు వచ్చింది.

అప్పుడు తను బి.ఎస్సీ చదువుతున్నాడు. మిఠాయి తీసుకుని వచ్చారు తండ్రీ కూతురు.

"రంగా! మా అమ్మాయ్ మెట్రిక్యులేషన్ పాసయిందిరా!"

"కంగ్రాచ్యులేషన్స్ సూరీ... ఏమ్మా యువరాణి ఏ క్లాసు వచ్చింది?"

"సూర్యారావుగారి కూతురికి ఫస్టుక్లాసు తప్ప మరో క్లాసు రాదు" అన్నది దర్పంగా.

"సబ్జెక్టుకు ఓ ట్యూటర్ని పెట్టుకుంటే ఫస్టుక్లాసు ఏం ఖర్మ డిస్టింక్షన్ రావాలి" అన్నాడు తను హేళనగా.

"షటప్..." రోషంగా లేచింది సరిత.

"తమాషా చేస్తున్నాడమ్మా" తన తండ్రి సర్దిచెప్పబోయాడు.

"ఒరేయ్! నా కూతుర్ని యెవరయినా తమాషాకు అవమానించినా సహించలేను. నా ఆస్తికంతా వారసురాలు" అతని ముఖం జేవురించింది.

"డాడీ వెళ్దాం పద. ఇతనికి మేనర్స్ తెలియవు!" లేచింది సరిత.

ఆనంద్‌కు మతిపోయింది. ఇంత తీవ్రమయిన మనస్తత్వం గల తండ్రి కూతుళ్ళు ఈ సంఘములో ఎలా బ్రతుకుతారు?

"షటప్, గిటప్ అంటే పడి ఉండటానికి మేము..." ఆవేశంగా ఆనంద్ అరిచాడు.

"ఆనంద్! నువ్వు లోపలికి వెళ్ళు" రంగనాథరావు కొడుకును కోప్పడ్డాడు.

"నువ్వా నన్నే అంటావా నాన్నా?"

"మొదట నోరుముయ్యి."

మీనాక్షి తమాషాగా చూస్తోంది.

అరగంట తరువాత సూర్యారావు భోజనం చేసి వెళ్ళిపోయాడు కూతురితో. ఆమెకు విలువయిన పెన్ను సెట్ కొనిచ్చాడు రంగనాథరావు.

"అంత ప్రాకులాడవలసిన పనేమిటో..." ఆనంద్ చీదరించుకున్నాడు.

"అదేమిటో ఇప్పుడు తెలియదురా. కొన్నాళ్ళు పోతే తెలుస్తుంది" అన్నాడు.

మరోసారి తను బి.ఎస్సీ పాసయిన సందర్భంలో తండ్రి పార్టీ ఇస్తే వచ్చారు తండ్రి, కూతురు, తల్లి.

"వంటలు కుదరలేదు. నన్నయినా అడగవద్దా? క్లాస్‌గా వండేవారు తెలుసు" అన్నాడు సూర్యారావు.

"ఏదో..." నసిగాడు.

"ఇదిగో అన్నయ్యా! మా పాలసీయే వేరు. చెయ్యకపోతే మానేస్తాం గాని, చవకబారుగా చెయ్యం!" అతని భార్య దేవికుమారి అన్నది.

"అంటే చవకబారు వంటలా, వండినవారా?" అటుకేసి వచ్చిన ఆనంద్ అడిగాడు.

దేవికుమారి నవ్వింది. అక్కడే వున్న సరిత అందుకుంది.

"వంటవారు! వంటలు చవకబారే!"

"వందించినవారు అంతేనేమో."

"అంతకాక మరింకెంత!" అన్నది నిర్లక్ష్యంగా. అప్పుడే బిల బిలమంటూ స్నేహబృందం అంతా వచ్చారు.

"వంటకాలు చాలా బావున్నాయిరా. క్లాస్ పార్టీ అనుకో. పార్టీకే ఇంత ఖర్చుపెడితే పెళ్ళికెంత ఖర్చుపెడతాడు మీ నాన్న?" అందరూ అడుగుతుంటే సరిత వంక కొంటెగా చూచాడు.

ఆమె మూతి మూడు వంకర్లు తిప్పిపోయింది. మరోసారి వై.యమ్.సి.ఎ. హాల్లో ఏదో ఫంక్షన్‌లో తన పాట వుంది. తండ్రిని, పిన్నిని రమ్మన్నాడు. స్టేజిమీదకు వచ్చాక చూస్తే సూర్యారావు కుటుంబం వుంది. అతను ఒకసారి చూచి పాట పాడాడు. శ్రోతల అభ్యర్ధనపై ఓ కీర్తనకూడా పాడాడు. అతను క్రిందికి రాగానే అభినందిస్తూ అందరూ చుట్టుముట్టారు.

"ధన్యవాదాలు..." అని చిరునవ్వుతో వచ్చి తండ్రి పక్కన కూర్చున్నాడు.

"మీవాడు మంచి ప్లేబాక్ సింగరు అవుతాడు" రంగనాథరావును అభినందించారు యెవరో.

"పాటలు పాడి సంపాదించాల్సిన గతి మాకేం లేదు. సరదాగా నేర్చుకుంటున్నాడు, పాడుతున్నాడు" అన్నాడు దర్పంగా. ఆనంద్‌కు ప్రాముఖ్యం ఇవ్వటం సహించలేని సరిత వెడుతూ వెడుతూ ఓ వాగ్బాణం వదిలింది.

"ఈ మాత్రం పాటలు బిచ్చగాళ్లు కూడా పాడతారు." అనుకుంటూ వెళ్ళిపోయింది.

తన పాటలకు అంత విలువనిస్తుంది! ఆ తరువాత వీరిని తప్పించుకు తిరిగాడు. తండ్రి వాలకం చూస్తే అనుమానంగానే వుండేది. వాళ్ళతో వియ్య మందాలని ఉబలాటపడుతున్నాడని, ఎమ్.ఎస్సీ అయ్యాక తనకు చాలినంత వయస్సు లేదు కాబట్టి ఉద్యోగం దొరకదన్న మిషతో శాంతినికేతన్ వెళ్ళిపోయాడు సంగీతంలో డిప్లొమా చెయ్యాలని.

ఆర్థిక సహాయం పొందుతున్నవాడు తను కాదంటే వూరుకుంటాడా! ఏం చేయాలి? అతనికేం తోచక, కుమార్ యింటికి వెళ్ళి అక్కడనుండి ఇద్దరూ నైట్ క్లబ్‌కు వెళ్ళారు.

4

కవిత ఇంటికి వచ్చేసరికి చాలా ఆలస్యం అయింది. "సినీఫ్యాన్స్" అసోసియేషన్ సెక్రటరీ వివాహము. లైట్ మ్యూజిక్ ఏర్పాటు చేశారు. ఆలస్యం అయిపోయింది. అరుగుమీద ముడుచుకు పడుకున్న శేషును చూస్తే ఆమె హృదయం ద్రవించిపోయింది.

"శేషూ!ఇంట్లో పడుకోక పోయావా! తొందరగా వస్తాననుకున్నానురా. అనుకోకుండా ఆలస్యం అయింది. అరగంటలో వంట చేస్తాను" అన్నది. అతనికి చేయూతనిచ్చి ఇంట్లోకి తీసుకువెడుతూ.

"అక్కా!"

"ఏమిట్రా?"

"ఏం లేదు..." అన్నాడు.

"చెప్పరా!" నవ్వింది.

"పెళ్ళి పార్టీకి వెళ్ళావు కదా. అక్కడ లడ్లూ, బూందీ పెట్టారా?" అతని కళ్ళలో ఆశ రెపరెపలాడింది.

"శేషూ! నేను పాడడానికి వెడతానురా. పార్టీలో ఏం పెట్టారు. యెలా జరిగింది పట్టించుకోను" అన్నది.

"అలాగా" అతని కంఠములో నిరాశ ధ్వనించింది.

ఆమెకు తెలుసు తమ్ముడి ఆంతర్యము. ఆమె సంపాదన రెండు పూటలా మామూలు భోజనానికి ఇంటికి అద్దెకే సరిపోదు. పిండివంటలేం చేస్తుంది? అప్పుడప్పుడు బజారునుండి కొనుక్కువచ్చి పెడుతుంది.

అతడిని పాత నవారు మంచం మీద కూర్చుండబెట్టి వెళ్ళి స్టౌ వెలిగించింది.

యెన్నాళ్ళీ జీవితపోరాటం.

రోజురోజుకూ పాడేవారు ఎక్కువవుతున్నారు. ఆ కాంపిటీషనులో తను నిలబడగలదా?

తను ట్యూషన్‌లు చెప్పడానికి అనర్హురాలే అంటున్నారు.

ట్యూషన్ చెబితే ప్యాస్ చేయించాలి.

బి.ఎ., ఎమ్.ఏ చదివినవారే లంచాలు ఇచ్చుకోలేని వారు, రికమండేషన్ చేయించనివారు గోళ్ళు గిల్లుకుంటున్నారు. ఇంటర్ మీడియెట్ పరీక్ష వ్రాయని తనేం ఉద్యోగం సంపాదించగలదు.

"'అక్కయ్యా! ఆకలే. నువ్వింకా బియ్యం పట్టుకుని ఆలోచిస్తున్నావ్?" శేషు నిష్ఠూరం ఆడాడు.

"ఏం లేదురా" బియ్యం కడిగి పొయ్యిమీద పెట్టింది.

"అక్కయ్యా."

"ఏమిట్రా?"

"నాన్న... నాన్న నా మూలంగా చనిపోయాడా?"

"ఛ.... యెవరన్నారు?"

"ఇంటివారి కమలమ్మ పిన్ని అన్నది."

"ఆయనకు గుండెనొప్పి వచ్చింది" అన్నది. ఆ మాటలు చాలా మెల్లగా వచ్చాయి.

ఏమిటి జీవితం? అని ప్రశ్నించుకుంటే చీకటి, వెలుతురు అంటారు. ఏ క్షణంలో ఏమవుతుందో యెవరూ ఊహించలేరు.

శ్రీనివాసరావు, సుశీలమ్మ అన్యోన్య దంపతులే కాక, ఆదర్శదంపతులు కూడాను. ముగ్గురు పిల్లలు. కవిత, గీత, శేషేంద్ర. ముగ్గురు పిల్లలతో హాయిగా కాపురం చేసుకుంటున్నారు. శ్రీనివాసరావు ఉపాధ్యాయుడే అయినా లెక్కలు బాగా చెబుతాడని ప్రసిద్ధి. అందుకే జీతం కంటే యెక్కువ ట్యూషనులుండేవి. పెద్ద గదిలో బోర్డు కూడా పెట్టాడు.

"అబ్బబ్బ! రాత్రింబవళ్ళు ఈ అరవ చాకిరీ చెయ్యకపోతేనేం" సుశీలమ్మ పదకొండు గంటల రాత్రి భోజనం చేస్తున్న భర్తను విసుక్కునేది.

"ఏయ్ మొద్దూ! మీ అయ్యలా ముగ్గులేసుకో, తులసి పూజ చేసుకో అంటూ బోధించి పంపుతానే నా పిల్లల్ని! కవి లెక్కలలో ఫస్టు..."

"ఆఁ... రోజూ వింటున్నదేలెండి."

"రోజూ యెప్పుడు చెప్పానే. కవి ఇంజనీరు చదువుతుంది! గీత డాక్టరు చదువుతుంది! శేషుతండ్రి కలెక్టరవుతాడు!"

"వెయ్యండి... వెయ్యండి. ఆకాశానికి నిచ్చెనలు కొయ్యండి కొయ్యండి."

"నోరు ముయ్యవే శకున పక్షీ! కృషితో నాస్తి దుర్భిక్షం అన్నారు. నేను కష్టపడి అనుకున్నది సాధించి తీరుతాను."

"నాకయితే కవితకు సంగీతం చెప్పించాలని వుంది. దాని కంఠం బావుంది."

"సంగీతం చెప్పించి, పెళ్ళి చూపులలో పాడించు" వెటకారంగా అనేవాడు.

"ఏం మీ అమ్మాయిలకు పెళ్లి చెయ్యరా."

"చేస్తాను, వాళ్ళ కాళ్ళమీద వాళ్ళు నిలబడ్డాక వారి వ్యక్తిత్వాన్ని గౌరవించే వారు దొరికినప్పుడు చేస్తాను."

"ఊహించటానికి చాలా బావున్నాయి. ఇదేమిటి... నా నోట్లో ఇలా ముద్దలు కుక్కితే యెప్పుడో ఉక్కిరిబిక్కిరయి చచ్చిపోతాను."

అవతల గదిలో వున్న కవిత నవ్వుకునేది.

"నేనుండగా ఆ యమధర్మరాజు కెన్ని గుండెలే..." అనేవాడు. ఓరోజు శ్రీనివాసరావు వచ్చి తిలక్‌నగర్‌లో స్థలం కొన్నానని చెప్పాడు.

"మాట మాత్రమయినా చెప్పలేదండీ!" సుశీలమ్మ అడిగింది.

"నీ కూతుళ్ళకు కంచి పరికిణీలు కొన్నావు, నాకు పాంట్లు కొన్నావు నన్ను అడిగావా?"

"అది ఇది ఒకటేనా?"

"ఏదయినా కొనేటప్పుడు నల్గురిని అడిగితే నాల్గు అభిప్రాయాలు చెబుతారు. అసలు కొనటం జరుగదు. అందుకని కొన్నాను సుశీ! నేను ఏం చేసినా మీ మేలుకేనని విశ్వసిస్తావా!" ఆయన గొంతు మార్ధవంగా మారిపోయింది.

"ఆఁ.... ఆ విశ్వాసమే వెర్రిదాన్ని చేస్తుందిలెండి." అన్నది.

వెంటనే ఆయన జీవితభీమా సంస్థ నుండి పదివేలు అప్పుతెచ్చి రెండు గదులు, ముందు పెద్ద వరండా వేశాడు.

"ఇంత పెద్ద వరండా ఎందుకు?"

"నా ట్యూషన్లకే వెర్రిదానా!"

"అంతా అడవిలా ఉంది."

"మొదట పట్నమంతా అలాగే ఉండేది వెర్రిదానా! చిక్కడపల్లి ఒట్టి అడవి, మొక్కజొన్న చేలుండేవి. విద్యానగర్, అడిక్‌మెట్టులో ఏముంది? ప్లేగు కేంప్స్ ఉండేవి. నల్లకుంటలో దోమలు, బురద ఉండేవి..."

"హైద్రాబాద్‌లో ఉన్న అన్ని పేటలు ఏకరువు పెట్టేలా ఉన్నారు. వద్దు...." సుశీల భయం నటించింది.

గృహప్రవేశం చేసిన ఏడే కవిత మెట్రిక్ ఫస్టుక్లాసులో పాసయింది. గీత ఏడు పాసయింది. శేష అయిదుకు వచ్చాడు. కవిత ఇంటర్‌లో చేరింది. సంవత్సరం గిర్రున తిరిగింది. కవిత ఇంటర్ సెకండియర్‌లోకి వచ్చింది. ఆగస్టులో కూడా ఉక్కగా ఉంది. మూడు మంచాలు వరండాలో వేసుకుని పడుకున్నారు. కవిత, గీత ఒక మంచంమీద, శేష తండ్రి మరో మంచము మీద పడుకునేవారు. సుశీలమ్మ ఒక్కర్తి చిన్నమంచం మీద పడుకునేది. ఆ కాళరాత్రి జరిగిన విషయాలు ఇంకా తనకు ఇప్పుడు జరిగినట్టే అనిపిస్తాయి.

"అమ్మా! నేను నీ దగ్గర పడుకుంటానే" శేష తల్లి దగ్గర చేరాడు.

"చిన్న మంచంరా. మీ అమ్మ, నువ్వు ఇక్కడ పడుకోండి, నేనే అక్కడికి వెడతాను" అన్నాడు శ్రీనివాసరావు.

"వద్దండీ! దీని నవారు బిగించాలి. మీరు పడుకున్నారంటే నడుము పట్టేస్తుంది."

కొడుకును దగ్గరగా తీసుకుని పడుకుంది. కవితకు పదకొండు గంటల ప్రాంతంలో మెలుకువ వచ్చింది. లేవబోయి తల్లి తండ్రి మాటలు విని ఆగిపోయింది.

"ఏయ్ సుశీ! క్రిందేం పడుకుంటావు ఇలా నా ప్రక్కన..."

"అసలు మీకు సిగ్గూ, బిడియం లేకుండా పోయింది. ఎదిగిన పిల్లలు ప్రక్కన ఉన్నారని మరిచిపోతారు..."

"సారీ భయి..." తండ్రి గొంతు మెల్లగా ఉంది. కాసేపటికి మంచినీళ్ళకని లేచింది. రెండు మంచాల మధ్య చాప వేసుకుని తల్లి పడుకోవడం చూచింది.

అరగంటకు శేష కేకలకు అందరూ లేచారు. వాడు మంచం దిగి గంతులేస్తున్నాడు. "పాము! పాము!" అంటూ.

"ఒకటికి పోదాం అని లేస్తే పాము కనిపించింది."

"ఏదిరా?" కంగారుగా లేచేసరికి నేలమీద పడుకున్న సుశీలమ్మను కాటేసి, జరజరా ప్రాకుతుంటే శేషు భయపడి వెనక్కు పరిగెత్తాడు. శ్రీనివాసరావు కఱ్ఱ తెచ్చేలోపలే జరగవలసిన అనర్థం జరిగిపోయింది. వెనక్కు వెనక్కు జరిగిన శేషు రాళ్ళ గుట్టమీద పడిపోయాడు. సుశీలమ్మ అరుస్తూ లేచింది. ఆ క్షణంలో పాము కరచినచోట రక్తం పీల్చివేయాలని మరిచిపోయారు. శేషును ఉస్మానియాలో చేర్పించి వచ్చిన శ్రీనివాసరావుకు వరండాలో భార్య శవం, కూతుళ్ళ ఏడ్పులు వినిపించాయి.

"వెంటనే మంత్రం వేస్తే తగ్గేది."

"ఇన్ని మందులు కనిపెట్టారు. పాము, తేలుకాటుకు మందులే లేవు. అదేం పాపమో".

"వచ్చి ఇన్నాళ్ళయినా ఒక్కరి జోలికి వచ్చిన ఇల్లాలు కాదు. కవితా, గీతా అన్న మధురమైన పిలుపులే వినిపించేవి." చుట్టుప్రక్కల వారు సానుభూతి చూపారు.

"సుశీ!" అంటూ మొదలు నరికిన మానులా పడిపోయిన శ్రీనివాసరావు మళ్ళీ లేచి మామూలు మనిషి కాలేదు. సుశీల దహన సంస్కారాలు జరిగాయి. బంధువులంటూ యెవరూలేరు. శ్రీనివాసరావు తండ్రికి ఒక్కడే కొడుకు. ఆయన తండ్రి అంతే. సుశీలకు మేనమామ ఉన్నాడు. పని పిల్లగా పెంచినవాడు సుశీల పచ్చగా ఉందని డబ్బు అడిగేవాడు. ఇవ్వలేదని వాళ్ళు రావటం మానేశారు.

"నాన్నా! లేవండి..." కవిత లేపింది.

"కవితా! మీ అమ్మను చేతులారా చంపానమ్మా! చేతులారా చంపాను..." తల బాదుకున్నాడు.

సంవత్సరం తిరిగేసరికి అతను భార్యను చేరుకున్నాడు. ఒక కాలు కుంటితో, ఒళ్ళంతా తగిలిన గాయాలు నయమయి వచ్చాడు శేషు. ఆ పసి హృదయం తల్లి, తండ్రి లేని లోటు భరించలేకపోయింది. ఆకలంటూ తింటాడు. కాని ఒళ్ళు పెరగదు, బలహీనత తరగదు. మరో ఏడాది తిరిగేసరికి ఇల్లు పోయింది. పాతిక రూపాయల అద్దె గదిలోకి మారారు. శ్రీనివాసరావు ట్యూషన్లు

చెప్పినవారు అభిమానముతో కవితకు చిన్న తరగతి చదివే పిల్లలకు చెప్పమని జీవనోపాధి కల్పించారు. ముగ్గురి పొట్టలు నిండి, ఇంటద్దె ఇవ్వటం దుర్భరం అయిపోయింది కవితకు. అందుకే ఇంటివారి అబ్బాయి సలహామేరకు పాడటం ప్రారంభించింది. ఒక్కొక్క నెలలో దొరుకుతాయి ప్రోగ్రామ్స్, ఒకోసారి వరుసగా రెండు మూడు నెలలు ఉండవు.

“అక్కా! అన్నం మాడిపోతుందే...” శేషు అరిచాడు.

“ఆఁ!...” పమిటచెంగుతో అన్నం దింపింది. తమ్మునికి వడ్డించి, తనూ భోజనం చేశాననిపించింది.

అన్ని వస్తువులు అమ్మినా రేడియో మాత్రం మిగిలిపోయింది. అది తనకు అవసరం. అందుకే రేడియో తిప్పింది.

“అదిగదిగో గగన సీమా! అందమైన....” టక్కున ఆపేసింది. యెందుకు అన్నట్టు చూచాడు శేషు.

“ఆ పాట వింటుంటే అమ్మా, నాన్న, వారి కలలు గుర్తుకు వస్తున్నాయి” అన్నది. ఆ సినిమా గుర్తుకు తెచ్చుకుని, క్లుప్తంగా కథ చెప్పింది.

“వాళ్ళ అమ్మా నాన్నా బ్రతికి ఉన్నారు కాబట్టి యెప్పుడో కలుసుకుంటారు. మనము...” శేషు గొంతు పూడుకుపోయింది.

“అవున్రా, మనం కళ్ళు మూసుకుని కలలలో చూడాలి.”

తమ్ముడిని దగ్గరగా తీసుకుని పడుకున్నది.

5

“ఈ బట్టలన్నీ నాకేనా అక్కయ్యా?”

“అన్నీ నీకే శేషు!” గీత మిఠాయి తీసి యిచ్చింది. అది తీసుకుని ఆబగా తిన్నాడు శేషు.

“అక్క మొన్న లడ్డూ కొని తెచ్చిందే. ఇంత బాగా లేదు” అన్నాడు.

“యెక్కడో చిల్లరకొట్లలో తెచ్చి ఉంటుంది. వాళ్ళంతా నూనెతో చేస్తారు. ఇది అచ్చుమయిన నేతి మిఠాయి! బాంబెహల్వాలో తెచ్చాను.”

"అక్కయ్యా! నువ్వు నటించిన సినిమా యెప్పుడు విడుదల అవుతుందే?"

"వచ్చే నెలలో కావచ్చు..."

"ఏం లాభం? పెద్దక్క తీసుకు వెళ్ళదు" నిరాశగా నిట్టూర్చాడు శేషు.

"యెందుకు శేషూ! నేను తీసుకువెడతా నారోజు వచ్చి" గీత మాట పూర్తికాక ముందే కవిత వచ్చింది.

"హలో మిస్ షబనమ్!" వెటకారంగా గ్రీట్ చేసింది.

"అక్కా!" గీత దెబ్బతిన్నట్టు చూచింది.

"అక్క ఉందని, తమ్ముడు నీకోసం బాధపడతాడని గుర్తున్నందుకు చాలా సంతోషం.. చాలా సంతోషం..." రోషంగా అన్నది కవిత.

"అక్కా! నువ్వు పిచ్చిగా మాట్లాడకు. రోజూ రావాలనే ఉంటుంది. కాని నీకు భయపడి రాను."

"భయపడేది నాకు కాదు. నీ అంతరాత్మకు."

"అంతరాత్మకు భయపడే భయంకరమైన పనులేం చెయ్యటం లేదు నేను. నువ్వు పాడి సంపాదిస్తే, నేను ఆడి సంపాదిస్తున్నాను."

"నోరుముయ్యి! నిన్ను నీవు సమర్థించుకోగానే సరా? ఆ వస్తువులన్నీ చూపి ఆ అమాయకుడిని ప్రలోభపెట్టకు. తీసుకుపో" తర్జనితో తలుపు చూపింది.

"అక్కా! అమ్మవి మిగిలిన చీరలు కట్టుకుని నువ్వు బాగానే ఉన్నావు. ముతకగుడ్డల్లో వాడిని చూడలేకపోతున్నాను. నేను వెడతాను గానీ శేషుకు తెచ్చినవి ఏవీ తీసుకువెళ్ళను. వాడిపై నీకెంత హక్కుందో, నాకూ అంతే ఉంది."

గీత చరచరా బయటికి వెళ్ళిపోయింది.

కవిత తమ్ముడివంక చూచింది. ఆశగా అక్కడున్న వస్తువుల వంకా, భయంగా అక్క వంకా చూచాడు.

"నువ్వు కొని ఇవ్వవు. అక్కను కొననివ్వవు" అన్నట్టున్నాయా చూపులు.

మందులకు తను యెంత ఖర్చుపెడుతుందో ఈ అమాయకుడికేం తెలుసు.

అలాగే కూర్చుని మోకాళ్ళ మధ్య తల పెట్టుకుంది. తను యెవరికోసం అహోరాత్రులు కష్టపడుతుందో వారు గుర్తించటం లేదు. శారీరకంగా ఎదగనంత మాత్రంలో శేషుకు మంచి, చెడు తెలియదా? పదిహేను ఏళ్ళు నిండుతున్నాయి.

ఆమెకీ రోజు ఇంటా బయటా రెండుచోట్ల ఆమెకు గాయాలు తగిలాయి.

"పద్మావతి" కళాసమాఖ్య వారు పాడమని పిలిచారు ఆమెను. అనుకోని విధంగా ఆ రోజు అక్కడికి బహుమతులు పంచి పెట్టటానికి ఆనంద్ వచ్చాడు. అతని తండ్రి దానికి పాట్రన్ అట.

పాటల కార్యక్రమం ముగిసింది. అందరిని వేదిక మీదికి ఆహ్వానించారు.

"ప్రసిద్ధ గాయనీమణి కవితగారు కూడా రావాలి."

రెండుసార్లు అనౌన్స్ చేశాక వెళ్ళక తప్పదనుకున్నది. రెండు అడుగులు వేసి టక్కున ఆగిపోయింది.

"పాటలమ్ముకునే అమ్మాయి ఆహూతులలో కూర్చోవటం ఏం బావుంది? అంతా గౌరవనీయులైన వారు" ఆనంద్ అంటున్నాడు. అది విని అక్కడే ఆగిపోయింది.

"రండి" కార్యదర్శి పిలిచాడు.

"చూడండి, నేను పెయిడ్ ఆర్టిస్టును. నా డబ్బులు ఇచ్చేస్తే వెడతాను" అన్నది బలవంతంగా కన్నీరు ఆపుకుంటూ.

"మీరు మేమంటే మనసులో పెట్టుకోవాలి" బ్రతిమాలే ధోరణిలో అంటున్నాడు అతను.

"ఏమిటీ ఆలస్యం సెక్రటరీగారూ?" అసహనంగా చూచాడు ఆనంద్.

"ప్రేక్షకుల నాడి తెలియదు ఈ మహానుభావుడికి" అనుకున్నాడు సెక్రటరీ.

సభ ప్రారంభమయింది.

భూదేవి పగిలి తనను అందులోకి ఇముడ్చుకుంటే ఎంత బావుండును అనుకుంది. తనకు తల్లి తండ్రి వుంటే, మైక్ చేతిలో పట్టుకుని ఎగిరేది.

ప్రేక్షకులలో కలకలం బయలుదేరింది.

"కవితగారు వీణలోనా, తీగలోనా పాడాలి" అని అరవటం మొదలు పెట్టారు.

మరికొందరు "సంకురాతిరిదాటేదాకా శుభలగ్నం లేదన్నాడే" అనే పాట పాడమని గోల మొదలు పెట్టారు.

"మీ కోర్కె తీరుతుంది. మీరు మౌనంగా వుండాలి" నిర్వాహకులు అభ్యర్థించారు. హాలు నిశ్శబ్దంగా అయింది.

"రండి కవితగారూ!"

కవితకు తెలుసు. వెళ్ళకపోతే హాలు ధ్వంసం అవుతుంది. అదీకాక ఆనంద్‌కు కనువిప్పు కలగాలి. అందుకే వెళ్ళి వీణలోనా తీగలోనా! యెక్కడున్నది రాగము, యెలా అయినది నాదమూ! అంటూ పాడింది. మధురిమతోపాటు విషాదం పలికింది. యెన్నడు లేనంత బాగా పాడింది. ప్రేక్షకుల అభినందనలు అందుకుంది.

ఆ తరువాత "సంకురాతిరి వెళ్ళేదాకా" పాడుతుంటే హాల్లో చప్పట్లు మిన్నుముట్టాయి. కొందరు దండలు విసిరారు.

"ఆ కుర్చీలో కూర్చున్నాయన, కవిత యువజ్యోతి కల్చరల్ అసోసియేషన్‌లో పాడిన పాట పాడాలి" వెనుక నుండి యెవరో అరిచారు.

ఈసారి త్వరగా మైక్ దగ్గరకు వెళ్ళింది కవిత.

"నన్ను ఇంతగా ఆదరిస్తున్న శ్రోతలకు నమస్సులు. నేను పాటలు పాడే మామూలుదాన్ని. శ్రీ ఆనంద్‌గారు సంగీత విద్వాంసులు. నాదము, శ్రుతి, స్థాయి, స్వరము తెలిసిన వ్యక్తి. వారితో పాడలేని నా అశక్తతకు మన్నించండి."

అందరూ నిశ్శబ్దంగా కూర్చున్నారు.

బహుమతులు అందుకున్నారంతా. తనకు ప్రత్యేకంగా త్యాగరాజు పెయింటింగ్ ఇచ్చారు.

ఆనంద్ పెయింటింగ్ ఇస్తూ చిరునవ్వు నవ్వినా, తను నమస్కరించి వచ్చింది.

తను రిక్షా చేసుకుంది. బస్ కోసము చూస్తుంటే ఆలస్యం అవుతుంది. శేషు ఆకలితో వుంటాడని బాధ కల్గింది.

"కవితగారూ!"

ఆగి చూచింది. ఆనంద్ వస్తున్నాడు.

"మీకు బాధ కల్గితే క్షంతవ్యుణ్ని. మాట జారాక అంతమాట ఎందుకన్నామా అనిపిస్తుంది. ఒకప్పుడు నన్ను బిచ్చగాళ్లు పాడతారంటే చాలా బాధ పడ్డాను."

"పాటలమ్ముకునే మేము అన్నిటికీ అతీతంగా ఎదిగిపోతాము. దూషణ, భూషణ ఒకేలా చూడాలి."

"మీకు బాగా కోపం వచ్చినట్టుంది."

"పేదవారి కోపం పెదవికి చేటని తెలుసు."

రిక్షా యెక్కి ఇంటికి వచ్చింది. తనను శత్రువుగా భావించి శేషు గీతతో లాలూచి పడిపోవటం నచ్చలేదు. తను ఎవరికోసం ఇన్ని పాట్లు పడుతున్నది! శేషు కోసమా? బాధ్యతలకు కట్టుబడా!

"అక్కా!" శేషు కుంటుతూ వచ్చాడు.

"ఏమిటి?"

"నువ్వలా వుంటే చూడలేనే! అవేవీ నా కొద్దు. నువ్వెలా చెబితే అలా వింటాను" భుజం మీద తల ఆన్చాడు శేషు.

"అవి అక్కయ్య ఇచ్చింది వద్దు అనకూడదు".

"మరెందుకలా వున్నావు?"

"బయటి సమస్యలు బోలెడున్నాయి" అన్నది శేషుని దగ్గరకు తీసుకుని. ఆమె అంతరాత్మ మేలుకున్నది. శేషుపై తనకెంత హక్కుందో గీతకూ వుంది. కాదనటానికి తనెవరు? తమ్ముడికి బట్టలు వేసింది.

"పెద్దక్కా!"

"ఏమిట్రా! మిఠాయి తిను వంట చేస్తాను."

"గీతక్క అంటే ఎందుకే అంత కోపం? సినిమాతారలంటే యెంత పేరు."

"ఊఁ!" విననట్టే స్టౌముందు కూర్చుంది. గీతంటే తనకు కోపమా? ఇల్లు అంతా పోయిందని తను కుమిలి పోతుంటే ఓ పెద్దమనిషిని వెంట బెట్టుకుని వచ్చింది.

"అక్కా! ఇతను హోటల్ అప్సర మేనేజర్. అక్కడ డాన్స్ చేయాలని అడిగాడు. నేను అంగీకరించాను. పదవతరగతి చదువుతున్న నాకు వుద్యోగం యెవరిస్తారు?"

"ఏమిటే ఏమన్నావ్?"

అతను లేకపోతే ఆ చంపా, ఈ చంపా వాయించేది.

"డాన్స్ చేస్తానంటున్నాను."

"హోటలులోనా?"

"మరి ఇంట్లో చేస్తే ఎవరు చూస్తారు?"

"చాల్లే సరసం."

"సరసం కోసం రాలేదు. నాకు అనుమతి కావాలి..."

"నేను అనుమతించకపోతే."

"ఆగేది లేదనుకో."

"అయితే తక్షణం వెళ్ళు."

"చూడండి..." అతను కల్పించుకున్నాడు. "ఇక్కడ అమ్మాయికేం ప్రమాదం వుండదు. కేబరేడాన్స్ అంటే బూతు అని యెందుకు అనుకుంటారు..."

"చూడండి, మీ పేరు నాకు తెలియదు. నేను బూతు కళ అని అనలేదు. ఓ కోటీశ్వరుడు మీకందరికి గంజి ఇస్తే కిడ్నీ క్లియరెన్స్‌కు అంటారు. అదే మేం ఇస్తే గతిలేక అంటారు..."

"గతి లేకనే నేనీ పనికి అంగీకరించాను. పెద్దదానివని చెప్పాను. వస్తాను. చాలీ చాలని కూడుతో కడుపు మాడ్చుకోవాల్సిన అవసరం నాకు లేదు..." చరచర బయటికి వెళ్ళింది గీత. మేనేజర్ జాలిగా చూచి ఆమెను అనుసరించాడు.

అలాగే ప్రాణంలేనట్టు నిలబడిపోయింది కవిత. యెంత మారిపోయింది గీత! కష్టాలు మనిషిని యెటు తీసుకువెడుతుంది.

తన చిన్న చెల్లెలు కాసేపు అన్నం పెట్టడం ఆలస్యం అయితే వచ్చి దర్జాగా ఏ కుదురో, తట్టో బోర్లించుకుని కూర్చునేది.

"వార్తలు... వీధి వార్తలు చదువుతున్నది సుప్పనాతి గీత. ఎస్.ఎమ్. ఎస్.ఎమ్ అంటే ఏమిటి? రోకలితో తల బ్రద్దలు కొట్టుకుంటున్నారా అవసరం లేదు. సెవెంత్ పాస్."

"చాల్లేవే. వడ్డించేస్తాను" తల్లి నవ్వేది.

"అదిగో అడ్డురావద్దు! వీధి వార్తలు. సుబ్బమ్మత్త మామయ్యతో పోట్లాడుతుంది. రాజ్యలక్ష్మి పిన్ని మంచం పట్టింది. స్టీల్ పాత్రలవాడు దివాలా తీశాడని, అతని దగ్గర నూర్గురు మెంబర్లను చేర్పించింది పిన్ని..."

"ఊc.... కవితా కంచం పెట్టవే! లేకపోతే తలనొప్పి వస్తుంది."

"తలనొప్పికి అమృతాంజనం రాసుకోవచ్చును. వార్తలు చదువుతున్నది సుప్పనాతి గీత. శంకరం బాబాయికి ప్రమోషన్ వచ్చేలా వుందని అనుకుంటున్నారు. సుధారాణి అత్తవారింటికి వెళ్ళనని పట్టుపట్టిన దరిమిలా, ఇంట్లో అందరూ ఆందోళన పడుతున్నారు. వాతావరణ సూచన. వీధి కొల్లాయి దగ్గర సిగపట్లు లేవు."

"రావే వడ్డించేశాను..."

"వార్తలు ముగించే ముందు విశేషాలు మరొక్కసారి..."

కవిత గట్టిగా నోరు మూసేది. అందరూ నవ్వుకునేవారు.

"పెద్దది గంభీరంగా ప్రవహించే నది అయితే, చిన్నది గల గల పారే సెలయేరు" అంటూ తల్లితండ్రులు మురిసిపోయేవారు. తమ జీవితం ఇంత చిత్రమైన మలుపు తిరుగుతుందని అనుకుందా తను?

"అక్కా! నా కాలు బాగ్గాదట కదా?"

"ఎవరన్నారు?"

"ప్రక్కింటి మామ్మ అంది."

"అంతా అబద్ధం, మనము బాగుండటం ఇష్టంలేక అలా అంది."

"బ్రతికి చేసేదేం వుందక్కా? బడికి పోతాను..." దిగులుగా అన్నాడు.

"నేను ప్రయివేటుగా చదివించి, మెట్రిక్‌లేషన్ పరీక్షకు కూర్చోబెడతాను. నువ్వు వెర్రి, మొర్రి ఆలోచనలు పెట్టుకోకు" అన్నది ప్రేమగా దగ్గరగా తీసుకుని. శేషు మాట్లాడలేదు.

6

ఢిల్లీ ఆంధ్ర కల్చరల్ అసోసియేషన్‌తో కృష్ణ కొన్ని రోజులుగా ఉత్తర ప్రత్యుత్తరాలు జరుపుతున్నాడు. ఈసారి దసరా వేడుకలు పురస్కరించుకుని, వారి ఆహ్వానం వచ్చింది. యువజ్యోతి వారికి మూడు రోజులు అక్కడ కార్యక్రమాలు జరపటానికి అంగీకరించారు. మొదటిరోజు నాటకం, రెండవ రోజు నృత్యం, ధ్వని అనుకరణ, మూడవరోజు మ్యూజికల్ నైట్ ఉంటుంది.

కృష్ణ ఉత్సాహంగా ఆనంద్ దగ్గరకు వచ్చాడు.

"నాకు రాజారావు మెమోరియల్ కాలేజిలో ఉద్యోగం వచ్చిందిరా" చెప్పాడు.

"కొయ్యకురా! నీకు ఉద్యోగం చెయ్యవలసిన ఖర్మ ఏం వచ్చిందిరా?"

"ఎలాంటి ఖర్మయితే ఉద్యోగం చెయ్యాలో చెప్పు?"

"నిత్యావసరాలకు కొట్టుమిట్టాడే వాడు చెయ్యాలి."

"నా గదిలోకి వెడదాం రా."

ఇద్దరూ పైకి వెళ్ళారు. కూర్చున్నారు.

"కృష్ణ! మనది అపురూపమయిన స్నేహం కాకపోయినా నిజాయితీగల స్నేహం అని నమ్ముతున్నాను. కాలక్షేపానికి కుమార్, విశ్వంతో తిరుగుతాను."

"ఇప్పుడీ ఉపోద్ఘాతమంతా దేనికిరా?"

నిట్టూర్చాడు ఆనంద్. కొందరి జీవితాలు మేడిపండు చందమని అందరికి తెలియకపోవటం దురదృష్టం అనుకున్నాడు మనసులో.

"నాన్నగారి వ్యాపారం అంత బాగా నడుస్తుందనుకోను. నాకేదో కట్టబెట్టాలని చూస్తున్నాడు..."

"కంగ్రాచ్యులేషన్స్..."

"నీ ముఖం! శుభం పలకరా పెళ్ళికొడకా అంటే పెళ్ళి కూతురు ముండ అన్నాట్టా నీలాంటి వాడెవరో వెనక. ఈ పెళ్లి తప్పించుకోవాలంటే..."

"మీ కాబోయే మామగారి ఆగ్రహానికి గురికావాలి అవునా?"

"అంతే కాదు. ఏ క్షణంలో ఏం వస్తుందో తెలియదు. స్వతంత్రంగా బ్రతికే పరపతి ఉండాలి."

"ఏమోరా! మీ నాన్న ఏదిచేసినా నీ మేలుకోరి చేస్తాడు. బాగా ఆలోచించు."

""ఆలోచించాల్సింది ఏం లేదురా. ఆ అమ్మాయితో కాపురం పొసగదు."

"మా మాట ఆలోచించరా..."

"నేను రావాలనుకుంటే మరో నాల్గు రోజులు ముందుకు పోనివ్వు కార్యక్రమాల్ని. అప్పటికి ఫస్ట్ టర్మ్ హాలీడేస్ ప్రారంభమవుతాయి."

"రాస్తాను. ఢిల్లీ అనగానే మా సభ్యురాండ్రు నిరుపమ, రేవతి తయారయ్యారు చూడు."

"ఈ సాంస్కృతిక కార్యక్రమాల వల్ల ఏమన్నా గిట్టుబాటు అవుతుందా?"

"అంటే?"

"నువ్వేం అనుకోకు. అందరూ అనటం బాగా వెనుక వేస్తున్నావని, పెద్ద పెద్ద వారికి కార్యక్రమాలు నిర్వహించి పెడుతున్నావని..."

"అది నీదాకా వచ్చింది! ఒరేయ్ ఆనంద్! నీకు మొదటే చెప్పాను. రేసుల్లా, పేకాటలా అదో పిచ్చిరా తండ్రీ! పెద్దపెద్ద వాళ్ళను మోసం చేసి తీసుకుంటే తప్పు తమకు తాము ఇవ్వరురా. అది మనకు రాదు."

"పోనీలే. ఏదయినా సినిమాకు వెడదాం పద."

"ఈరోజు మా ఆవిడకు త్వరగా వస్తానని చెప్పాను. ఊరుకోదురా. ఏనాడు పదికి ముందు గూడు చేరను" పీరయ్య టీ తీసుకు వచ్చాడు.

ఇద్దరూ త్రాగుతూ లోకాభిరామాయణంలో పడ్డారు.

"కృష్ణయ్యా!" పీరయ్య బుర్ర గోకుతూ నిల్చున్నాడు.

"ఏంటయ్యా?"

"మరండీ అన్ని నాటకాలు ఆడిస్తారు కదా! ఒరే పీర్, ఈ వేషం వెయ్యి అనరేమండీ?"

"నువ్వు వేషం వెయ్యగలవా?"

"వేషం వెయ్యటం సుతారమాండీ! వేషాలు వేసే వారంతా నా కన్నా బాగున్నార్."

"సరేలే ఏమయినా నౌకరు వేషముంటే.."

"యహా! పోదురూ, నాటకంలో కూడా నౌకర్ వేషమేనా! హీరో వేషం ఇవ్వండి."

"సంవత్సరానికి ముప్ఫై రూపాయలు కట్టి మెంబర్‌షిప్ సంపాదించు. ఆ తరువాత హీరో..."

"నాక్కూడా మెంబర్‌షిప్పా?"

"అందరికి ఉండాల్సిందే" అన్నాడు.

"వెళ్ళు... వెళ్ళు. వేషమే తక్కువయింది. ఇంతసేపు ఏం చేస్తున్నావని పిన్ని సాధిస్తుంది" కసురుకున్నాడు ఆనంద్.

"అన్ని విషయాలు కనుక్కుని నీకు ఫోన్ చేస్తాను!" లేచాడు కృష్ణ. అతడిని సాగనంపి వచ్చేసరికి తయారయి వచ్చింది మీనాక్షి.

"ఆనంద్! త్వరగా తెములు. సరిత పుట్టినరోజు పండగట, వెళ్దామన్నారు మీ నాన్న."

"మైగాడ్!" ఆనంద్ ఆలోచనలో పడ్డాడు. రంగనాథరావు రానే వచ్చాడు.

"నందూ! రెడీయేనా?"

"నాన్నా! ఢిల్లీలో జరుగుతున్న కల్చరల్ ప్రోగ్రామ్స్‌లో పార్టిసిపేట్ చెయ్యమని కృష్ణ బలవంతం చేస్తున్నాడు. రిహార్సల్స్‌కి వెళ్ళాలి" తప్పించుకోబోయాడు.

"నందూ!" తీక్షణంగా చూచాడు.

"నాకు తెలుసు నాన్నా. ఇది ముఖ్యమా, సరిత పుట్టినరోజా అని మీరు అడుగుతారు. పేరంటంలాగా జరిగే పండుగలకు వచ్చేం చేయాలి."

"అవుననుకో. ఈ పార్టీ కేవలం మనకోసం ఏర్పాటు చేసింది" అన్నాడు. తప్పదన్నట్లు వెళ్ళి పైజామా, లాల్చి వేసుకు వచ్చాడు.

"ఇదేం వేషం?" మీనాక్షి అడిగింది.

"నాకీ బట్టలలోనే హాయిగా ఉంటుంది."

"ఏమోనయ్యా అంతా మారుటి తల్లి అని నన్నాడిపోసుకుంటారు. ఇప్పటికే మీ వాడికి వుద్యోగం యెందుకు అంటారు. తల్లి లేదుగా అని జాలిగా చూస్తారు."

"నా బట్టల విషయంలో నిన్నాడిపోసుకోవటానికి నేనేం పసివాడినా" చెప్పులేసుకుని బయటికి నడిచాడు.

"నాకే భయంగా వుంది. మేమిద్దరం హుందాగా..."

"పిన్నీ! డ్రయివరని చెప్పు, నాకేం బాధ లేదు.

"పద మీనా! వాడిష్టం..." అందరూ బయలుదేరారు.

పుట్టినరోజంటే కొత్త బట్టలు వేసుకుని, నలుగురు స్నేహితులకు పార్టీ ఇచ్చుకుని, సినిమాకో, షికారుకో వెడతారు. సరిత ఇంటిలో పూర్తిగా సినిమా

పుట్టినరోజులను కాపీ చేసింది. క్రేప్ పేపరులతో అలంకరించింది. బెలూనులు కట్టారు. సోఫాలో కూర్చుంది సరిత తల్లిదండ్రుల మధ్య. దూరంగా ఒక వన్నెల విసనకర్ర రికార్డు వేస్తుంది. మరి కొందరమ్మాయిలు స్టెప్స్ వేస్తున్నారు.

"మా చెలీ పుట్టినరోజని డాన్స్ చేయరుకదా" మీనాక్షితో గుసగుసగా అడిగాడు.

"ఛ... ఊర్కో" ఆమె ముసిముసిగా నవ్వింది.

అందరూ బహుమతులు అందిస్తూ "విష్ యూ హాపీ బర్తుడే " అంటున్నారు.

"ఆనంద్! నువ్వా ఇచ్చేయి బహుమతి" అన్నది.

"ఏం కొన్నావు పిన్నీ?"

"పగడాల నెక్లెస్" అన్నది. అతనికి మతిపోయింది. ఆ వాతావరణంలో ఉండగలడా!

సూర్యారావు అప్పుడే వీళ్ళను చూచినట్టు లేచి వచ్చాడు.

"రండి... రండి. మీకోసమే చూస్తున్నాను" ఆనంద్‌ను చూచిన అతని భృకుటి ముడిపడింది.

ఆనంద్ నవ్వుకున్నాడు. తనకు కావల్సిందదే.

"మెనీ... మెనీ హాపీ రిటర్న్ ఆఫ్ ది డే!" అని మీనాక్షి చేతిలోని ప్యాకెట్టు అందుకుని సరితకిచ్చాడు.

థాంక్స్ అయినా చెప్పలేదు.

"ఆనంద్ ఇలా రా..." ప్రక్కకు దారితీసింది.

"హాయ్!" ఆమె ఫ్రెండ్స్ అంతా అల్లరిగా నవ్వారు. డైనింగ్ రూంలో ఆగింది.

"నీకు వేరే బట్టలు లేవా?" తీక్షణంగా అడిగింది.

"ఉహుం ! కుట్టిస్తావా?" కొంటెగా అడిగాడు.

"ఈ బట్టలతో నిన్ను నా ఉడ్‌బి అంటూ అందరికీ ఎలా పరిచయం చేయను!"

"పోనీ విప్పేసి రానా" మరింత కొంటెగా అడిగాడు.

"యు నాటీ గెటౌట్" అన్నది కోపంగా, మురిపెంగా.

ఆనంద్ గబగబా బయటికి వచ్చాడు.

"రావుగారూ! ఈ బట్టలతో పార్టీలలో పాల్గొనవద్దని మీ అమ్మాయి ఆజ్ఞ త్వరగా వెళ్ళి బట్టలు మార్చుకు వస్తాను" ఆనంద్ ఎవరి మాటలకూ ఎదురుచూడకుండా బయటికి వచ్చేశాడు.

"చూచావురా! పెళ్ళి కాకముందే కొంగున ముడివేసింది మీ వాడిని...." సూర్యారావు ఘొల్లున నవ్వాడు. అది విని ఆనంద్‌కు మండిపోయింది. ఇంటికి వచ్చాడు. కారు గేరేజ్‌లో పెట్టి మర్నాడు చెప్పాల్సిన పాఠాలు చూచుకున్నాడు.

"పార్టీకి వెళ్ళలేదా అయ్యా."

"మంచి బట్టలు వేసుకోలేదని వెళ్ళగొట్టార్రా పీర్."

"పొండయ్యా..." టెలిఫోన్ మ్రోగింది.

"ఒరేయ్! సూర్యారావింటినుండే. అర్జంటుగా రిహార్సల్స్ ఉంటే వెళ్ళిపోయానని చెప్పరా..."

"అమ్మబాబోయ్ ! అబద్ధం ఆడితే తంతామన్న మీరేనా..."

"ఒరేయ్! ఆలస్యం చెయ్యకు. నాన్నను, పిన్నిని సూర్యారావు గారి కారులో రమ్మన్నానని చెప్పు!"

పీరయ్య వెళ్ళి ఫోనులో మాట్లాడి వచ్చాడు.

"అబద్ధం చెబుతుంటే నా గొంతు వణికిందండీ.'

"ఏడ్చావు."

"నేనెప్పుడు ఏడ్చాను?"

"ఊఁ.. వెళ్ళి రాజమ్మను వడ్డించెయ్యమను" అన్నాడు.

భోజనం చేసి కాసేపు చదువుకున్నాడు. రేపటినుండి ఉదయమే లేచి, సంగీత సాధన చెయ్యాలి. అతను ప్రేమచంద్ రంగభూమి చదువుతూ పడుకున్నాడు. పదిదాటాక క్రింద కలకలం వినిపించింది.

"ఏం అనుకోకురా. పిల్లలు కోట్లాడుతారు కలసి ఉంటారు."

"అమ్మాయి అయినా ఏమందని, ఇంతకంటే మంచి బట్టలు లేవా అని, అది తప్పా?"

"నేను మందలిస్తాగా! మనిద్దరికి ఏకైక సంతానం కావటం చిక్కు వచ్చిందిరా."

"గుడ్ నైట్" సూర్యారావు వెళ్ళిపోయాడు. తలుపు తీసిన పీర్‌ను అడిగాడు రంగనాథరావు.

"అబ్బాయి యెప్పుడు వచ్చాడు?"

"అయ్యగారెక్కడికీ వెళ్ళలేదు. ఓ మరచిపోయాను. రిలాక్సుకు వెళ్ళారు.. రిలా..."

"నోరుముయ్యి వెధవా. అబద్ధం ఆడినా అతికినట్టుండాలి."

"నేను అనలేదండీ వాడింట్లోనే వున్నాడని."

ఆనంద్‌కు పీర్‌ను తన్నాలనిపించింది. అయినా పాపం వాడేం చేస్తాడు. వచ్చి లైటార్పి పడుకున్నాడు.

* * *

క్రొత్తగా పాఠాలు చెబుతుంటే అదో ఉత్సాహం ఆనందం కాని సాయంత్రం వరకు అలసిపోతున్నాడు.

వారం రోజులకు కృష్ణ వచ్చి ఢిల్లీ ప్రోగ్రామ్ అనుకూలంగా ఉంది కాబట్టి వెడదాం అన్నాడు. అంగీకరించాడు.

"రిజర్వేషన్ చేయించాలి. రైల్వే కన్సెషన్ ఇస్తారు మరి, మాతోపాటు వస్తావా. ఫస్టు క్లాసా?"

"ఒరేయ్... లేరా... లెమ్మంటే."

"ఏందిరా?"

"ఈడియెట్‌వి. ఈ క్లాసుల తారతమ్యాలు నేర్పాలని వస్తావుట్రా."

"అదా! ఇంకేమిటో అని హడలి చచ్చాను. అడగటం నా ధర్మం."

"నిన్ను తన్నటం నా ధర్మం" కోపంగా చూచాడు.

"సారీ బ్రదర్ వస్తాను" కృష్ణ వెళ్ళిపోయాడు. ఒకటి రెండు రిహార్సల్స్‌కు నిరుపమతో, రేవతితో చనువు ఏర్పడింది. ఇద్దరూ బాగా సాధన చేస్తున్నారు. నిరుపమ నాజూకులుపోయినా అందంగా నవ్వుతుంది పాడేటప్పుడు. స్వర మాధుర్యం కంటే హావభావాలకు ప్రాధాన్యం ఇస్తుంది. రేవతి చలాకి అయిన పిల్ల.

ఆనంద్ తయారయ్యాడు. రంగనాధరావు కిష్టంలేదు. విషయం చెప్ప లేదు. అతని దృష్టిలో డబ్బులేని వారు అలగా జనం. కృష్ణను చూస్తే అతనికి అంత మంచి అభిప్రాయం లేదు. కొడుకును గట్టిగా ఏం అనలేదు.

“నందూ! నువ్వేం చిన్నపిల్లవాడివి కావు. చిల్లర మల్లర తిరుగుళ్ళు సూర్యారావు కిష్టం ఉండదు.”

“బావుంది నాన్నా! మధ్య ఆయనిష్టంతో నాకేం?”

“వీడికెలా చెబితే అర్థం అవుతుందో... ” ఆయన గొణుక్కున్నాడు. అయిదు వందల రూపాయలు కొడుకు ముందు పెట్టి వెళ్ళిపోయాడు. ఆనంద్ డబ్బు తిరిగి ఇచ్చేద్దాం అనుకున్నాడు. ఇస్తే మళ్ళీ పింతల్లి దగ్గరనుండి బయటికిరావని తెలుసు. అందుకే సూట్‌కేసులో పెట్టుకున్నాడు.

“వస్తాను పిన్నీ.”

“ఆనంద్ ఢిల్లీలో ఎంబ్రాయిడరీ చేసిన గలేబులు దొరుకుతాయట, శశికి కావాలి తీసుకురా.”

“సమయముంటే అలాగే తెస్తాను పిన్నీ.” అన్నాడు. ఆవిడకు ఇరవై నాల్గుగంటలు పుట్టింటి వారి ధ్యాసే అనుకున్నాడు కోపంగా.

అతని కారు స్టేషన్ చేరగానే కృష్ణ యెదురు వచ్చాడు.

“అలా పీక్కుపోయిందేవిట్రా ముఖం?”

“ముందు నువ్వు నడువు చెబుతాను” అన్నాడు కృష్ణ. పీర్ స్టేషన్ వరకు వచ్చిన తెలిసిన వారి డ్రైవరు సామానులు తీసుకుపోయారు.

“మీ ఆవిడ వస్తుందా?”

“అక్కడ సాధింపులు లేవని కచ్చగా వుందా?”

“అది కాదురా సరదాగా వుంటుందని.”

“సరదాలేదు, చట్టుబండలు లేదు. ఈ ప్రోగ్రామెందుకు ఏర్పాటు చేశానా అని ఏడ్పు వస్తుందిరా. వెధవ గీరలు. వెళ్ళినందుకు అందరం సరదాగా వస్తే చాలు...”

ఇద్దరూ లోపలికివెళ్ళారు. అవతలి సీటుమీద కూర్చుని, ఏదో ఆలోచిస్తున్న కవితను చూచి టక్కున ఆగిపోయాడు ఆనంద్.

"ఈవిడగారు వస్తుందా?"

"ఆఁ పద పద, నీ సీటు ఏడు! కాస్త దారివ్వండర్రా."

ఇద్దరు ముందుకు వెళ్ళి యెవరి సీట్లమీద వారు కూర్చున్నారు.

"రేవతిగారూ రాలేదా?"

"ఆవిడ నన్నో సినిమా నిర్మాత అనుకుంటుందేమోరా నాయనా! తను ఒంటిగా రాలేను, తల్లికో, తమ్ముడికో టికెట్టు కొనమంటుంది. ఆఖరి క్షణంలో అల్లరిపడలేక కొంటామనుకో, మిగతా లేడీ ఆర్టిస్టులు కావాలంటారు."

"అందుకని ఈ కవితగారిని తీసుకువెడుతున్నావా?"

"ఈ కవితగారు వస్తానన్నారా? అవిటి తమ్ముడున్నాడు. వాడిని మా ఆవిడకు అప్పగించి, బ్రతిమాలి తీసుకువచ్చాను."

"బావుంది. చాలా బావుంది" అన్నాడు ఏం అనలేక.

"ఏమండోయ్ ఆనంద్‌గారూ! బండెక్కితే ఏదయినా తినాలనిపిస్తుంది" నిరుపమ టిఫిన్ క్యారియర్ తీసి, కారప్పూస అందరికి పంచింది.

అందరూ తీసుకున్నారు. కవిత తనకు చిరుతిండ్లు తినే అలవాటు లేదన్నది మృదువుగా.

"నేనయితే అలా ఉండలేనండీ, అడిగి తీసుకుంటాను. కొందరి స్వభావాలు అర్థంకావు."

"అర్థం అవడానికేం వుంది? యెవరిష్టం వారిది" కృష్ణ కంగారుగా త్రోసిపుచ్చాడు.

మరో అరగంటలో అందరూ నిదురబోయారు. ఆనంద్ కళ్ళమీద కునుకుపట్టి మళ్ళీ మెలకువ వచ్చింది. కవిత యెటో చూస్తూ కూర్చుంది. అక్కడక్కడ చిరుగులు పట్టిన చీర, దానికి మ్యాచింగ్ జాకెట్ లేదు. చేతులకు రెండేసి మట్టిగాజులు, ఈ అమ్మాయి స్టేజిమీదకి ఇలాగే వస్తుందా! అప్పుడే ఆమె ఇటు తిరిగి ఆనంద్ తనను చూడటం గమనించి, సర్దుకుని కూర్చుంది.

"మీరు నిదురపోలేదా?"

"రావటం లేదు!"

"చిత్రంగా ఉందే! నాకు, వీళ్ళందరికి రైలు కుదుపులకు నిదురపట్టింది హాయిగా!"

"అదృష్టవంతులు!"

"మీ దురదృష్టం ఏమిటో?"

ఆమె విననట్టే తల త్రిప్పుకుంది.

"మీకు అమ్మా నాన్న లేరా?"

"ఉహు!" అన్నది అతనివైపు చూడకనే.

ఆనంద్‌కు ఆమె గీర ఏమిటో అర్థంకాలేదు. తను ఒక్కటి అడిగితే చాలు, నిరుపమ పరవశించిపోతూ, పది మాటలు చెబుతుంది. ఈవిడకు గీరా, లేక ఇన్‌ఫీరియారిటీ కాంప్లెక్సా!

"మీరు..." ఆగిపోయాడు.

"చెప్పండి!" అన్నది ఇటు తిరిగి.

"ఏం చెప్పాలి. మీరు అన్యథా భావించనంటే ఒక సలహా! మనము..."

"మీరేకాదు! యెవరు ఏమన్నా ఏమీ అనుకోను. చెప్పేది నిస్సంకోచంగా చెప్పండి."

"పాట ఒక్కటే కాదు జనం చూచేది. పాట పాడేవారి వేష భాషలతో జనాన్ని ప్రక్కదారి పట్టిస్తారు."

"పాట బాగుంటే చాలు!"

"మీ పాటమీద అంత నమ్మకముందా?"

"నమ్మకం కాదు, నిజం చెబుతున్నాను. మాకు ఇంటర్ ఫస్టియర్‌లో లెక్కలు చెప్పటానికి ఓ టీచరు వచ్చేది. ఆవిడ చెప్పే ఒక్క మాట మిస్ చేసినా, ఎంతో మిస్ అవుతుందనుకునే వారు విద్యార్థులు. మరో మాష్టారు వచ్చేవారు. కాపీకొట్టిన బాపతు. తనకు విషయం రాదని, అమెరికన్ యాక్సెంటులో మాట్లాడి, రోజుకో రకం దుస్తులు వేసుకుని గ్లామర్ సృష్టించాలని చూచేవాడు..."

"మీరు మాట్లాడగలరే!"

"అవసరమైన చోట మాట్లాడక తప్పుతుందా! ఆ గ్లామర్‌తో కొన్ని రోజులే ఆకట్టుకున్నాడు. నిజం తెలిశాక ఎవరూ అతడిని గౌరవించలేదు...."

"మా దగ్గర పాడగల సత్తా లేక అలా వేషం వేస్తున్నామా!"

అనంద్ ముఖం ఎర్రగా మారిపోయింది.

"విషయం మీరు కదిపితే జవాబు చెప్పాను. మీరు అపార్థం చేసుకుంటే నా జవాబు లేదు" అన్నది మళ్ళీ బయటికి చూస్తూ. ఆ నిర్లక్ష్యమే అతడిని పిచ్చివాడిని చేస్తుంది. "సారీ! నా అభిప్రాయం నేను చెప్పాను" అంటే ఎంత బావుండేది. అందరూ ఏదో కొనుక్కున్నా, పంచుకుతిన్నా, ఆమె కృష్ణ ఇప్పించిన ఫలహారము, భోజనమే తీసుకుంది. ఆమెను ఎవరూ పట్టించుకోలేదు.

7

కృష్ణకు కార్యక్రమాలు అయిపోయాక ఎంతో సంతోషంగా వుంది. ఆ రోజు విశ్రాంతి తీసుకుని మర్నాడు వెళ్ళటానికి నిశ్చయించుకున్నాడు. అందరూ రెడ్‌ఫోర్టు చూడటానికి వెళ్ళారు. వెడుతూ కృష్ణ వచ్చాడు.

"ఒరేయ్ ఆనంద్! అందరూ రెడీ. నువ్వేమిటి ఇంకా పడకవేశావ్?"

"ఏమోరా జ్వరంగా వున్నది. తలకూడా నొప్పిగా వుంది. నువ్వు వెళ్ళిరా."

"నాకయితే తలమీద నుండి పెద్ద భారం దింపినట్టుంది. కంగ్రాచ్యులేషన్స్. అన్ని ప్రోగ్రామ్స్‌లో మ్యూజిక్ హైలెట్ అయి కూర్చుంది."

"నేను అనుకోలేదురా. భలే పాడింది కదూ! సంగీతం నేర్చుకుంటున్న మమ్మల్ని చిత్తు చేసింది."

"ఆ అమ్మాయిలో నిబిడీకృతమైన కళను అభివృద్ధి చేసుకోటానికి అవకాశం లేదు. వస్తాను. అవసరం అనుకుంటే ప్రక్కగదిలో కవిత వుంది పిలువు."

"ఆమె ఢిల్లీ చూడదా?"

"ఆ అమ్మాయి దగ్గర పదిరూపాయలు కూడా వుండి వుండవు. బస్సు ఛార్జీలు మేం పెడతామంటే అంగీకరిస్తుందా! చాలా అభిమానధనురాలు."

"ఊఁ... అలాంటిది నేను అవసరమై పిలిస్తే వస్తుందా?"

"అలాంటిదేం లేదు. తన చేతనయిన సాయం చెయ్యాలనుకుంటుంది."

కృష్ణ వెళ్ళిపోయాడు. ఆనంద్‌కు మ్యూజికల్ నైట్ కళ్ళముందు మెదిలింది. ఆ రోజు తనూ, నిరుపమ యెంత సన్నిహితంగా, చలాకీగా పాడారు. ఆనాటి

వేషధారణ, ఏ సినీనటీ నటులకు తీసిపోదు. అందరూ తనూ నిరుపమ పాడినప్పుడు, 'ఆహా' ఈలలు వేశారు కాని కవిత పాడినప్పుడు పరవశించినట్టు నిశ్శబ్దంగా కూర్చోలేదు.

ప్రశాంతంగా మంద్రస్థాయి నుండి తారాస్థాయికి వెళ్ళింది.

అందరూ మంత్రముగ్ధుల్లా కూర్చుండిపోయారు. ఆ అమ్మాయి కట్టింది నారాయణపేట పాత పట్టుచీర, భుజాల మీదుగా నిండుగా కప్పుకుంది.

యెంత గంభీరత!

ఆ గంభీరతలో యెంత స్నిగ్ధత!

ఆమె పాట ఆగిపోగానే జనం ఒక్కసారి చైతన్యవంతులయినట్టు చప్పట్ల వర్షం కురిపించారు.

'వన్స్‌మోర్' నినాదాలతో హాలు ప్రతిధ్వనించింది.

ఉలకలేదు! పలకలేదు! అది చిరునవ్వుతో బొమ్మలా నిల్చుంది. కృష్ణ పాడమని చెయ్యూపితే మళ్ళీ పాడింది.

అందుకే ఏ కళ అయినా జన్మతః రావాలి. సంగీతం నేర్చుకోవటం వేరు. పుట్టుకతో అబ్బిన విద్య వేరు.

ఆ తరువాత కవితతో కలసి పాడిన తనకు ఆ గౌరవం లభించింది.

ఆమె ఢిల్లీ తెలుగు అసోసియేషన్ వాళ్ళిచ్చిన మెమెంటో కూడా తీసుకోలేదు. తలనొప్పి సాకుతో యెక్కడో కూర్చుంది. కృష్ణ తిరిగి బసకు వచ్చేటప్పుడు అడిగాడు.

"మీరు వేదికమీదికి రాకపోవటం ఆహూతులకు నిరాశ కల్గింది కవిత గారూ!"

"నా పరిధి ఏమిటో నాకు తెలుసు కృష్ణగారూ! మరో సారి మీ అందరిచేత నా అంతస్తు ఎక్కడో యెత్తి చూపించుకోవాలని లేదు. మీలాగా కళారాధకురాలిని కాను..." ఆ మాట అంటూ ఆనంద్ వంక కోరగా చూచింది.

చిత్రం! ఆ అమ్మాయి అంటే చిరాకు కల్గటం లేదు. ఏమిటో ఈ మార్పు తనకు అర్థం కావటంలేదు. లేచాక తన ప్రవర్తన బాధ కల్గితే క్షమించమని అడగాలనుకున్నాడు, కాని లేవలేకపోయాడు. అలాగే మరో గంట పడుకునేసరికి జ్వరం తీవ్రరూపం దాల్చింది. తామున్న హాస్టల్‌గేటు దాటి ఫర్లాంగ్ పోతేగాని

కొట్లులేవు. లేచాడు, కాళ్ళు తడబడుతున్నాయి. బయటికి వచ్చాడు. అవతలి గది గుమ్మం ముందు నిల్చుంది కవిత.

"ఏమయిందండీ? మీరు రెడ్‌ఫోర్ట్ చూడటానికి వెళ్ళలేదా?" ఆశ్చర్యంగా అడిగింది.

"జ్వరం...జ్వరం..." అన్నాడు నోరు ఎండుకు పోతుంటే.

"అంత జ్వరంలో మిమ్మల్ని ఒంటరిగా యెలా వదిలారు కృష్ణ?" కంగారుగా వచ్చి చెయ్యి ముట్టుకు చూచింది.

"మైగాడ్! నూట నాల్గు డిగ్రీలయినా ఉంటుంది" ఆ చేయి అలాగే పట్టుకుని వచ్చి అక్కడున్న పడకలో పడుకోబెట్టింది.

"నేను మాత్ర తెస్తాను ఉండండి..."

"ఒంటరిగా బజారు వెళ్ళగలరా?"

"నా దగ్గరుందండి. నీళ్ళు పడక ఏదయినా వస్తే..." ఆమె వెళ్ళిపోయింది. అయిదు నిమిషాల తరువాత మాత్ర యిచ్చి, టీ త్రాగించింది.

"అమ్మా.... అబ్బా..." విపరీతంగా మూల్గుతున్నాడు.

"తలనొప్పా?"

"ఒక్క తలనొప్పి కాదండీ ఒళ్ళంతా నొప్పులే.." అటు ఇటు దొర్లాడు. మరికాసేపట్లో కవిత తన కాళ్ళు, చేతులు ఒత్తుతోందన్న స్పృహ కోల్పోయాడు.

మధ్యాహ్నము అందరూ కన్నాట్ సర్కిల్‌లో భోజనం చేసి వచ్చారు. ఆనంద్ స్థితి చూచి కృష్ణ కంగారుపడ్డాడు. ప్రక్క వీధిలో డాక్టరుంటే ఫీజు ఇచ్చి పిలుచుకు వచ్చాడు. అతను పరీక్ష చేశాడు.

"మసూచి రావచ్చు, కదల్చకండి" ఏవో రాసిచ్చాడు. అందరూ తుపాకి దెబ్బకు లేచే పక్షుల్లా లేచి బయటికి వచ్చారు. ఒక్క కవితే నిర్వికారంగా కూర్చుంది.

కృష్ణకు మతిపోయింది.

"కవితగారూ! ఒక్క అయిదు నిమిషాలు కూర్చుంటారా? నేను వెళ్ళి వాళ్ళ నాన్నగార్కి ఫోన్ చేసి వస్తాను."

"అలాగే, వెళ్ళండి."

అతను వెళ్ళాడు. అయిదు గంటలయినా రాలేదు. మిగిలిన వారు జంతర్ మంతర్, ఏవో చూస్తామంటూ బయటినుంచి బయటే వెళ్ళారు.

"పదండ్రా! అంటువ్యాధి..." అనుకోవడం కవిత వినకపోలేదు. నిరుపమ అయితే అటు వచ్చి తొంగి చూడలేదు. ఈలోగా ఆనంద్ రెండుసార్లు వాంతి చేసుకున్నాడు. వాంతి కాగానే కాస్త జ్వరం తగ్గినట్టు అనిపించింది. మళ్ళీ ఎక్కింది. ఆమెకు అతని మూలుగు వింటుంటే కడుపులో చెయ్యిపెట్టి దేవినట్టు అయింది. నుదురు ఒత్తుతూ కూర్చుంది. శేషుకు పరిచర్యలు చెయ్యటం ఆమెకలవాటే.

నీరసంగా రాత్రికి వచ్చాడు కృష్ణ.

"ఏమన్నారు? వాళ్ళ నాన్న వస్తున్నారా?"

"చావు వచ్చింది. అతను, భార్య చెల్లెలుగారి ఊరెళ్ళారట."

"మరెలా?" అన్నది.

"మళ్ళీ బుద్ధి ఉంటే ఇలాంటివి నెత్తిన వేసుకోవద్దు. దగ్గరలో నర్సింగ్ హోమ్ ఉంది చేర్పిస్తాను."

"ముందాపని చేయండి. మనవాళ్ళు అంటువ్యాధి అని ఈ ఛాయలకు కూడా రారు." అన్నది కవిత. టాక్సీ తెచ్చి ఇద్దరు సాయంపట్టి లేపారు ఆనంద్‌ను.

"హైద్రాబాద్ వెడుతున్నామా?" అన్నాడు ఆనంద్! అతని కళ్ళు ఎఱ్ఱగా రక్తం కక్కుతున్నాయి.

"కాదురా..." ఆస్పత్రికని చెప్పలేకపోయాడు. టాక్సీలో కూర్చోగానే మళ్ళీ మగతలోకి జారిపోయాడు. టాక్సీ వెళ్ళి ఖన్నా నర్సింగ్ హోమ్ ముందు ఆగింది. అతడిని తీసుకు వెళ్ళారు. డాక్టర్లు పరీక్షచేశారు. రక్తం తీసి పరీక్షకు పంపారు. అతడిని గదిలో పడుకోబెట్టి ఇంజక్షన్ చేశారు. డాక్టర్లు వ్రాసిచ్చిన మందులు కొనటం ఎలాగో అర్థంకాని కృష్ణ మళ్ళీ హాస్టల్‌కు వచ్చాడు. అందరూ సామాన్లు సర్దుకుంటున్నారు. శాస్త్రి వచ్చాడు.

"ఒరేయ్! మసూచి అంటే భయంకరమైన అంటువ్యాధి. ఆస్పత్రిలో చేర్చావు. పద, వెళ్ళి వాళ్ళ నాన్నను పంపించి వేద్దాం!" అన్నాడు.

"యెవరి దగ్గరయినా డబ్బుంటే ఇవ్వండి. తిరిగి ఇప్పిస్తాను" అందరిని అడిగాడు. యెవ్వరూ ఉందని ముందుకు రాలేదు. కృష్ణ వేలికి ఉన్న వుంగరం అమ్మి డబ్బు తెచ్చాడు. మందులు, ఓ ఫ్లాస్క్ తెచ్చాడు. రెండు బన్ను రొట్టెలు తెచ్చాడు. ఇంజక్షన్ మహత్యమేమో, మూల్గుడు మాని నిదురపోతున్నాడు ఆనంద్.

"పదండి కవితా! మిమ్మల్ని హాస్టల్లో వదిలివస్తాను."

"అక్కడ మాత్రం చేసేదేముంది. ఇక్కడ మీకు తోడుగా వుంటాను.." అన్నది. బన్నురొట్టె తిన్నారు.

"నా ఉద్యోగం పోవటం ఖాయం కవితగారూ ! ఏమిటో ఈ బలహీనత. ప్రతి కార్యక్రమం కాగానే జాగ్రత్తగా వుంటాను అనుకుంటాను. అనుకోని అవాంతరాలు వస్తాయి. ఈసారి వార్నింగ్ కూడా ఇచ్చాడు..."

కవిత ఆలోచిస్తుంది.

"యెన్నో సంస్థలకు తన పేరు రికమండ్ చేసి పాడించిన కృష్ణ, అతని ఋణం తీర్చుకోవటానికి అవకాశం వచ్చిందేమో. తనకు నెలకు వంద రూపాయలు వచ్చే ట్యూషన్లు పోతాయి. తన ట్యూషన్లు సంపాదించటం పెద్ద కష్టం కాదు.

"ఏం చేయాలి?" కృష్ణ తల బ్రద్దలుకొట్టుకుంటున్నాడు.

"నేనో మాట చెప్పనా కృష్ణగారూ! నాది ప్రభుత్వ ఉద్యోగం కాదు, నేనుంటాను ఇక్కడ. మీరు వెళ్ళి ఆనంద్‌గారి తల్లిదండ్రులను పంపండి. మా తమ్ముడు జాగ్రత్త..."

"అది కాదండీ... మసూచి అంటున్నారు. అంటువ్యాధి కదా..."

"రావలసి వుంటే వస్తాయి. ఆనంద్ యెవర్ని ముట్టుకున్నాడని వచ్చింది? మీ ఉద్యోగం ముఖ్యం."

"నిజంగా అంటున్నారా?"

"నిజం కృష్ణగారూ! మీ అందరికి ఋణపడిపోతున్నాను. ఈ విధంగానైనా తీర్చుకుందామని..." అన్నది.

"లేదు! ఇది ఋణం తీర్చుకొనటం కాదు. నాకు సహాయం చేస్తున్నారు!" అతను నిశ్చింతగా నిట్టూర్చాడు. తెల్లవారి డాక్టర్లు మసూచికాదని, వైరస్ ఇన్‌ఫెక్షనని తేల్చారు. ఆనంద్‌కు జ్వరతీవ్రత తగ్గలేదు.

"ఆc!... మసూచే! దగ్గరెవరూ ఉండనంటారేమోనని కృష్ణ ఆడుతున్న నాటకం!" అన్నవారు లేకపోలేదు. ఏమయినా యెవరూ చూడాలని రాలేదు. కృష్ణ ఒక్కడే వెళ్ళలేక వెళ్ళలేక వెళ్ళాడు.

"అత్యవసరం అనుకుంటే ఇది వాళ్లింటి నెంబర్, ఫోన్ చెయ్యండి. ఇది మా ప్రక్కింటిది..." టెలిఫోన్ నెంబరిచ్చాడు.

"ఈ పాతిక ఉంచండి. ఇక అంతగా అవసరం అనుకుంటే వాడి చేతి వాచి అమ్మించండి."

"అలాగే..." అన్నది.

వాళ్ళు వెళ్ళిపోయాక గదిలోకి వచ్చిన కవిత పెదవులపై చిత్రమైన నవ్వు మెరిసింది. మనిషి యెందుకు సంకుచితుడు అవుతాడో తెలియదు.

అంటువ్యాధి అని పారిపొయ్యారు. కాలం కలసిరాకపోతే ఆ అంటువ్యాధే వెంటపడుతుందేమోనన్న సంగతి ఊహించరు. ఈ బంధాలు, బాధ్యతలు అర్థంగానివి.

కృష్ణ తనకేం అవుతాడు? తండ్రికి ఎప్పుడో విద్యార్థి. తోబుట్టువులా ఆదుకుంటాడు. అతనికీమాత్రం చెయ్యగల్గినందుకీ రోజు చాలా తృప్తిగా, ఆనందంగా వుంది.

"అమ్మా... అబ్బా...." ఆనంద్ అటు, ఇటు కదులుతున్నాడు.

"మంచం చాలా చిన్నది ఆనంద్‌గారూ! కదలక పడుకోండి" అన్నది. క్రమం తప్పక మందు మింగిస్తుంది. పాలూ, పళ్ళరసమూ త్రాగిస్తుంది. నర్సింగ్ హోం ప్రక్కనే జనతా హోటల్ వుంది. యాభైపైసలిస్తే రెండు పుల్కాలు, పప్పు ఇస్తాడు. అవి తెచ్చుకునే కాలక్షేపం చేస్తుంది. రెండు రోజుల తరువాత పూర్తిగా స్పృహలోకి వచ్చాడు ఆనంద్.

"కృష్ణా...ఒరేయ్..." మత్తుగా పిలిచాడు.

లైటు వేసింది కవిత.

"ఏం కావాలి?"

"మీరా! కృష్ణలేడా? నేను బాత్‌రూంకు వెళ్ళాలి."

"నేను తీసుకువెడతాను రండి."

"కృష్ణను పిలవండి."

"అతను హైదరాబాద్ వెళ్ళిపోయాడు!" అన్నది.

"ఆc!" అతను నీరసంగా మూలిగాడు. కవిత సాయం తీసుకోక తప్పలేదు.

"అతని ఉద్యోగం పోయే స్థితి అండీ..." వివరంగా చెప్పింది. అతను దీర్ఘంగా నిశ్వసించాడు.

తలయెత్తి కృతజ్ఞతా పూర్వకంగా చూచాడు కవిత వంక.

రెండు కప్పుల పాలు, ఓ కప్పు పండ్లరసం పడేసరికి బలం పుంజుకున్నాడు ఆనంద్.

"నాకు మశూచి వస్తుందనుకున్నారు కదూ?"

"అవును, డాక్టరు అనుమానపడ్డాడు."

"మరొక్కసారి మా ఇంటికి ఫోన్ చేస్తారా?"

"ఈపాటికి కృష్ణగారు మీ వారిని కలిసే ఉంటారు." అంది.

ఎందుకామె అభ్యంతరం చెబుతుందో అర్థంకాలేదు. మరోసారి అన్నా అలాగే అంది.

"డబ్బు లేదనుకుంటాను" అన్నాడు. తలాడించింది.

"నా అటాచిలో చూడండి."

"లేదు. అంతా వెతికే కృష్ణ తన ఉంగరం అమ్మాడు."

"అలాగా! మడతవేసిన ప్యాంటు జేబులో వుంటుంది చూడండి!" అన్నాడు. అందులో డబ్బు దొరికింది. ఆమె ఇంటికి ట్రంక్ కాల్ చేసింది. పీరయ్య మాట్లాడాడు. అమ్మ, అయ్య ఊరు నుండి రాలేదని చెప్పాడు. కవిత వచ్చి అదేమాట చెప్పింది. అతను తలపంకించాడు.

"రేపు వెళ్ళిపోదాం."

"మీరు ప్రయాణం చెయ్యగలరా?"

"రిజర్వేషన్ ఉంటుందిగా."

"డాక్టరుగారిని అడుగుదాం" అన్నది. ఆమె మందు తీసుకు వచ్చింది.

"చేదండీ!"

"మందు తియ్యగా వుంటుందని ఎవరు చెప్పారు?"

అతను గడగడ త్రాగేశాడు. ఆమె పాలు తెచ్చింది.

"దయచేసి పాలు త్రాగమని బలవంతం చెయ్యకండి."

"పోనీ టీ తాగుతారా?"

"ఏదో ఒకటివ్వండి" అన్నాడు విసుగ్గా. అప్పుడు అతన్ని చూస్తుంటే శేషు గుర్తుకొచ్చి నవ్వుకుంది.

"పథ్యం కనిపెట్టినవాడి పీక నులమాలి!" అనేవాడు.

అది గుర్తుకొచ్చి నవ్వుకుంది.

"నా అవతారం చూస్తుంటే నవ్వులాటగా ఉందా?"

"కాదండీ మా శేషు గుర్తుకు వచ్చాడు. వాడికి ఎప్పుడూ పథ్యం తిండే పెట్టాలి."

"శేషు అంటే..."

"మా తమ్ముడు లెండి" అన్నది. డాక్టరు వచ్చాడు.

"గుడ్ మార్నింగ్ మిసెస్ ఆనంద్.! ఓ! ఇతను లేచి కూర్చున్నాడా? గుడ్..." తన ధోరణిలో మాట్లాడుతూ చెయ్యిపట్టుకు చూచాడు. నాలుక చూచాడు.

"చాలా బావుంది. మీ మిసెస్‌కు చాలా పేషన్స్, మీ మూల్గుడు, గొడవ, వాంతులు చూచి స్పెషల్ నర్స్ అవసరం ఉంటుందనుకున్నాను. ఆమె ఎఫిషియంట్...." హిందీలో చెప్పుకుపోతున్నాడు.

"డాక్టర్!" వారిస్తున్నట్టు ఆనంద్ చూచాడు.

"మీకిష్టం లేకపోయినా నిజం అంతే. అఫ్‌కోర్సు భార్యాభర్తలు అలా వుండాలి. అతను ఏం తింటానన్నా పెట్టమ్మా. మీరు వెళ్ళాలనుకుంటే రేపు వెడుదురుగాని..."

"కాని డాక్టర్ సాబ్..."

"సాబ్ గీబ్ కుచ్ నయి యార్! జ్వరం నువ్వు పిలిచినా రాదు!" వచ్చినంత హడావుడిగా వెళ్ళిపోయాడు. దూరంగా నిల్చున్న కవిత ముఖం చూడలేక పోయాడు. ఆమె ముఖం ఎర్రగా మారిపోయింది. ఆనంద్‌కు ఆమెను పిలవాలంటే ఏమిటోగా ఉంది.

"డాక్టరుగారితో... మనం ఎందుకొచ్చామో చెప్పలేదా?"

"ఇప్పుడు మీరు చెప్పింది వినిపించుకున్నారా? ఆయన ధోరణి ఆయనదే కాని ఎవరిమాటా వినడు?"

"సారీ!" అన్నాడు గిల్టీగా.

"మీరేం పొరపాటు చేశారు! పరిస్థితులు అలా వచ్చాయి" అన్నది. ఒక రాత్రంతా అతడిని కదలకుండా వుంచటానికి చేసిన ప్రయత్నం గుర్తుకు తెచ్చుకుంటూ.

నర్స్ సాయంతో బట్టలు మార్చవలసి వచ్చేది.

కాళ్ళు, చేతులు, తల వొత్తుతూ కూర్చుందామె.

ఆమె గంట చూచింది. మందుకు టైమ్ అయిందని మందు, మాత్ర ఇచ్చింది. మాత్రలు వాంతులు అవుతుంటే మ్యాకెన్‌జెల్ ఇస్తుంది.

"మళ్ళీ మందా?"

"ఈ మందు చేదుగాదులెండి!"

అతను సీసా అందుకుని గడగడ మొత్తం తాగేశాడు.

"అయ్యో!.... అయ్యో! రెండు చెమ్చాలు చాలు!" ఆమె సీసా లాక్కుంది.

"నాకు విసుగేస్తుంది. గంటకోసారి మందు, అరగంటకోసారి మాత్ర! మైగాడ్..." అన్నాడు.

"మీకంటే మా శేషు నయం! మందు క్రమంగా తాగితే జ్వరం, రోగం తగ్గుతుందని నమ్ముతాడు."

అతను ఏమనలేదు. తనకు ఇంత జ్వరం ఎప్పుడూ రాలేదు. చిన్నప్పుడు వస్తే మీనాక్షి కూడా దగ్గరుండి సేవచేయలేదు. తండ్రి, రాజమ్మ చూచారు. మందు అంతా తాగేసరికి వాంతి అయింది. ఆమె ఎలాంటి అసహ్యతా లేకుండా యెత్తి వేసింది.

వెళ్ళి నర్సుతో చెప్పింది. ఆవిడ వాంతి అయింది ఏం కాదని చెప్పింది.

మర్నాడు ఇద్దరూ బయలుదేరారు. బర్తు రిజర్వ్ అయింది. వచ్చేటప్పుడు అందరితో కలసి వచ్చారు. ఇప్పుడు ఇద్దరు వెళ్ళాలంటే ఏదోగా ఉంది. అతను ఏదీ సర్దుకోలేదు. తను సర్దుతుంటే అందరూ ఏమనుకుంటారు?

తను ఆనంద్‌లాంటి వాడిని ఊహలో కూడా తన వాడిగా ఊహించలేదు. ఆనంద్ ఆప్యాయంగా మాట్లాడినా దాని వెనక జాలి ఉంటుందని తెలుసు. రెండు రోజుల ప్రయాణంలో అతను అడిగినప్పుడు నీళ్ళు, పాలు, పండ్లు, మందులు ఇవ్వటం తప్పితే ఎక్కువగా పరిచయం పెంచుకోలేదు.

ఈ అమ్మాయి అపస్మారక స్థితిలో సేవ యెలా చేసిందో అర్థంకాలేదు. ఆవిడలా పుస్తకం పట్టుకుని కూర్చుంటే అతనికి పరమబోర్‌గా ఉంది.

"మనుష్యులు స్పృహలో లేనప్పుడు మాత్రమే సహాయపడాలని రూలుందా?"

"అబ్బే అలాంటిదేం లేదే!" అన్నది పుస్తకం పక్కన పెడుతూ.

"మీరు చదువుతుంటే నాకేం తోస్తుంది?"

"మరేం చేద్దామంటారు? మీకు పుస్తకం ఇవ్వనా?"

"కదిలే బండిలో చదివే అలవాటు నాకు లేదు." అన్నాడు.

"మరెలా?"

"కబుర్లు చెప్పండి."

"ఏం కబుర్లు చెప్పమంటారు?"

"మీరు పుస్తకం చదువుతున్నారు. దానిలో ఏముందో చెప్పండి."

"యెవరో మానసికంగా కృంగిపోతున్న రచయిత వ్రాశాడు. సంసారమంటే ఓ నరకమట. భార్యాభర్తలు కలసి ఉంటున్నామనుకుంటే ఆత్మవంచనట."

"యెందుకు?"

"అదే అర్థంకావటం లేదు. మా అమ్మానాన్నలను చూశాను. వాళ్ళు బ్రతుకుపై తీపి, పిల్లలపై ప్రేమతోనే బ్రతికారు."

"అందని ద్రాక్ష పుల్లన అన్న సామెత ఉంది కదా. బహుశా అతనికా సుఖం అందకపోయి వుంటుంది."

అతను కుదుపులకు కళ్ళు మూశాడు. రెండు రాత్రులు బండిలో గడిపి మర్నాడుదయం దిగారు.

కవిత టాక్సీ మాట్లాడింది. ఇద్దరూ జాగ్రత్తగా ఇల్లు చేరారు.

అంతకు క్రితమే ఇంట్లోకి వచ్చిన రంగనాధరావు అందరిపై చిందులు వేస్తున్నాడు.

"ఏం జ్వరం! ఎప్పుడు వస్తాడని కనుక్కోరా?"

అప్పుడే కవిత జాగ్రత్తగా నడిపించుకుని ఆనంద్‌ను ఇంట్లోకి తీసుకు వచ్చింది. పెరిగిన గడ్డంతో, తరిగిపోయిన ముఖ వర్చస్సుతో పీక్కుపోయిన కళ్ళతో వస్తున్న కొడుకును చూచి రంగనాధరావు అదిరిపోయాడు.

"నందూ! ఏమిట్రా యిది?"

"జ్వరం నాన్నా! ఈవిడ లేకపోతే అక్కడే అయిపోయేది నా పని!" అన్నాడు సోఫాలో కూర్చుంటూ. కవిత మళ్ళీ బయటికి వెళ్ళి అతని సామానులు తెచ్చింది. క్లుప్తంగా జరిగింది విన్నవారు కవిత వంక కృతజ్ఞతాపూర్వకంగా చూచారు.

"ఊర్కే ప్రయాణాలు మంచివా! నీకు తెలియదు. ఎవరూ చెబితే వినవు" మీనాక్షి రుసరుసలాడింది.

"మరి నాకు సెలవా?" నమస్కరించింది కవిత.

"ఉండండి, టీ తీసుకుని పోదురుగాని!" ఆనంద్.

"మరెప్పుడయినా తీసుకుంటానండీ. మా తమ్ముడిని ఇన్ని రోజులు విడిచి ఉండలేదు."

"ఇదుగో అమ్మాయ్." రంగనాధరావు పర్స్‌తీసి వంద రూపాయలు ఇవ్వబోయాడు.

"క్షమించండి బాబుగారూ! నాతో పాడారు. తోటి గాయకులని, తోటి మనిషిగా ఏదో చేశాను. మీరు వందరూపాయలు ఇవ్వగల ఐశ్వర్యవంతులని, ఇస్తారని ఊహించి చెయ్యలేదు. వస్తాను!" ఎర్రబడిన ముఖంతో చరచర బయటికి వచ్చేసింది కవిత.

"కవితగారూ!... కవిత...." అన్న ఆనంద్ పిలుపు టాక్సీ రొదలలో కలిసిపోయాయి.

కవితకు ఎందుకో కన్నీరు ఆగలేదు. మనిషికి విలువ డబ్బు బట్టేనా! వందరూపాయల కన్న ఒక్క చల్లని మాట మాట్లాడితే ఎంత బావుండేది! ఎంత పొంగిపోయేది! మనసంతా చేదుగా వుంది. టాక్సీని చిక్కడపల్లిలో ఉన్న కృష్ణ ఇంటికి పోనిమ్మంది.

కృష్ణ ఆదుర్దాగా యెదురు వచ్చి ఆనంద్ క్షేమం అడిగాడు. రాత్రి ఢిల్లీకి ట్రంకాల్ చేస్తే వెళ్ళిపోయారని చెప్పాక తనకు ఊరట కల్గిందట.

"ఆయన క్షేమంగా వాళ్ళిల్లు చేరారు. శేషు బాగా అల్లరి చేశాడా ? పిలవండి."

"క్షమించాలి కవితా! మనం వెళ్ళిన రెండవరోజే గీత వచ్చి శేషును తీసుకు వెళ్ళిందట. అడ్రసు కనుక్కొని నేను వెళ్ళి యెంత రమ్మన్నా శేషు రానన్నాడు!" కృష్ణ తనదేం పొరపాటు లేదని చెప్పాడు.

"శేషు..." ఆమె హృదయం కలచినట్లయింది. శేషు ప్రేమను మరెవ్వరికి పంచి ఇవ్వలేని బలహీనతకు తనను తానే తిట్టుకుంది.

"వస్తాను కృష్ణగారూ!"

టాక్సీని పంపించండి టీ త్రాగి వెడుదురుగాని. నేను మీ ట్యూషన్ పిల్లల తల్లిదండ్రులతో మాట్లాడాను. వాళ్ళు కూడా అనుకూలంగానే ఉన్నారు. నాల్గురోజులు చెప్పినా శ్రద్ధగా చెబుతుంది అన్నారు."

టాక్సీని పంపించాడు కృష్ణ. కవిత పళ్ళు తోముతున్నా ఆమె మనసు శేషుపైనే వుంది.

"మీరు నిజంగా నాకు ఉద్యోగం ఇప్పించారనే అనుకుంటున్నానండి. ఒక్కరోజు ఆలస్యం అయినా నా పని అయ్యేది" కృష్ణ పదేపదే కృతజ్ఞతలు తెలిపాడు. వాళ్ళింట్లో టీ త్రాగి తిన్నగా చెల్లెలు ఉండే ఇంటికి వెళ్ళింది. ఆమె గన్ ఫౌండ్రి దగ్గర అద్దె ఇంట్లో ఉంటుంది.

శేషు ఉత్సాహంగా గీతతో కేరమ్స్ ఆడుతున్నాడు. కవితను చూస్తూనే కుంటుతూ పరుగెత్తినట్లే యెదురు వచ్చాడు.

"నాల్గు రోజులని వారం రోజులు వెడతావా?" అక్క మెడకు చేతులు వేసి గునిశాడు. అంతవరకు అనుభవించిన బాధ, ఆవేదన అన్నీ మరచి తమ్ముడిని దగ్గరగా తీసుకుందామె. పోయిన పెన్నిధి దొరికినట్లు అయింది.

"శేషూ..." అనగల్గింది.

"అక్కయ్యా! టిఫిన్ చేస్తావా? అపవిత్రమయిపోతావా?"

శేషు భుజంమీదుగా కవిత కొరకొర చూచింది. మాట్లాడక ముగ్గురూ ఫలహారం ముగించారు. శేషు పాటలు వింటూ కూర్చున్నాడు.

"అక్కయ్యా మాట...." గీత బాల్కనీలో నిల్చుంది. కవిత వెళ్ళి ఏమిటన్నట్టు చూచింది.

"మొన్నో రోజు శేషుకి జ్వరం వచ్చింది. డాక్టరు దగ్గరకు తీసుకు వెళ్ళాను..." ఆగింది.

"ఏమన్నారు?" ఆదుర్దాగా అడిగింది.

'కాలిబోన్‌లో చీము వచ్చిందట అక్కయ్యా! అంత వరకు తీసివేయాలని చెప్పాడు..."

"గీతా!"

"అవునక్కా! లేకపోతే ప్రాణానికే ముప్పు రావచ్చు అన్నారు. ఓ రెండు వేలుంటే నిజామ్ ఆర్థోపెడిక్స్ ఆస్పత్రిలో చేర్పించేద్దాం."

"రెండు మూడు వేలా?"

"రెండు, మూడు వేలు నాకు పెద్ద పనికాదు తేవటం! కాని వాడికి రకరకాల కాంప్లికేషన్స్ ఉన్నాయి!"

"మరి ఏం చేయాలి?"

"బలమయిన ఆహారం, పాలు రెండుపూటలా ఇవ్వమన్నాడు డాక్టరు. వాడి అన్ననాళం కూడా నాజూకయిందే. ఒక కప్పు పాలు తరువాత మరో కప్పు త్రాగితే అజీర్తి! ఒక్క ముద్ద యెక్కువ తింటే విరేచనాలు.."

"నిదానంగా ఆహార పరిమాణం పెంచాలి" అన్నది. భోజనాలు అయ్యాక తమ్ముడిని తీసుకుని వచ్చేసింది. ఇల్లు దుమ్ముపట్టి ఉంది. అంతా దులిపి మామూలుగా అయ్యేసరికి జ్వరం వచ్చినంత పని అయింది.

8

కృష్ణ తెచ్చి ఇచ్చిన ఇన్విటేషన్ చూచుకుంది. 'రాజారావు మెమోరియల్' కాలేజీ బిల్డింగ్ ఫండ్ కోసం ఆనంద్ శాస్త్రీయసంగీత కచ్చేరి పెట్టారు.

"ఈ పది రూపాయలవారు శాస్త్రీయ సంగీతం ఏం వింటారు!"

"వందరూపాయల టిక్కెట్టు పెట్టినవారే వింటారన్న సిద్ధాంతం ఉందా?" కృష్ణ అడిగాడు.

"అవునండీ! కాస్త బోరయినా పెద్దవారు ఓర్చుకుంటారు. పది అయిదు కొనివచ్చేవారు, శాస్త్రీయ సంగీతం ఏ మాత్రం లాగినా గొడవ చేస్తారు." అన్నది.

"మీరు ఇంకా మారలేదు కవితా. ప్రేక్షకుల అభిరుచి మారింది. కళలకు ప్రాముఖ్యం వుందని గ్రహిస్తున్నారు. శాస్త్రీయ సంగీతం, నాట్యం నచ్చుతాయి!" అన్నాడు కవిత ఏదో అపరాధం చేసినట్టు తలాడిస్తూ.

"కృష్ణగారూ! ప్రోగ్రాములు ఇవ్వడానికి వెళ్ళినప్పుడు చూస్తాను కూడా. ప్రజల రియాక్షన్ గమనిస్తాను. మొన్నో రోజు "కృష్ణలీలా తరంగిణి" ముగిసేవరకు పాతికసార్లు చప్పట్లు కొట్టారు."

"సరే చూద్దాం.... మీరు వస్తారుగా?" కృష్ణ హడావుడిగా వెళ్ళిపోయాడు.

ఆనంద్, కమలాబాయి ఇద్దరూ హిందుస్తానీ, కర్నాటక సంగీతాలు సమర్పిస్తున్నారు. వెళ్ళాలని నిర్ణయించుకుంది. తరచుగా పడక వేస్తున్న తమ్ముడిని చూచి బాధపడడం సహజమైపోయింది. ఆ వాతావరణము నుండి కాసేపు దూరంగా వెళ్ళాలని ఉంది. సంగీత సాధనలోను, ఆలపించుటలోను తృప్తి వుంది. ఏదో లోకాలకు వెడుతుంది. కాస్సేపు బాహ్య ప్రపంచముతో సంబంధం కోలుపోతుంది. ఆ మైమరపుకోసమే కార్యక్రమాలకు వెడుతుంది.

ఆ రోజు వెళ్ళింది. ఆడిటోరియమ్ కిటకిట లాడిపోతుంది. ఆనంద్ కారు దిగాడు.

"హల్లో కవితగారూ! బావున్నారా?"

"మీ ఆరోగ్యమెలా వుంది?"

అతను పకపకా నవ్వాడు.

అర్థంకానట్టు చూచిందామె.

"యెన్నాళ్ళకు ఓ కుశల ప్రశ్న వేశారు?"

"కృష్ణగారిని అడుగుతూనే వున్నానండీ. మీకు తెలుసు, పనికట్టుకుని పరామర్శకు రావటం అంత మంచిదికాదని..."

"ఏమో..."

"అదికాక నాకు దొరికే సమయం చాలా తక్కువ. శేషుకు తరచుగా జ్వరం వస్తుంది."

"సారీ...."

కృష్ణ హడావుడిగా వచ్చాడు.

"వచ్చారా కవితగారూ! మొన్న ఏమన్నారు? శాస్త్రీయ సంగీతమంటే అయిదురూపాయల టికెట్లు, పదిరూపాయల టికెట్లుపోవని కొంటరు సేల్ వెయ్యి రూపాయలు..." గర్వంగా తల యెగురవేశాడు.

"అది సంగీత ప్రియులు కొన్నవి కావండి! సినిమాతార చిత్రగారు ముఖ్య అతిథిగా వస్తుంది. ఆవిడ ఫ్యాన్స్ కొన్నారు!" విషయమేమిటని అడిగి తెలుసు కున్నాడు ఆనంద్. అతని ముఖంలో రంగులు మారాయి

"మీరంతా చవకబారు పాటలను లలిత సంగీతమంటూ పాడుతూ జనాన్ని పాడుచేస్తున్నారు."

"శాస్త్రీయ సంగీతమంటే అభిరుచి లేక కాదండి. మన జనం అలవాటు పడలేదని చెబుతున్నాను!" కంగారుగా అన్నది కవిత.

"మీరేం చెప్పినా మీ గాలి పాటలు గొప్పవని అనుకుంటే పొరపాటు."

"ఆనంద్‌గారు! నా భావం మీరు అర్థం చేసుకోలేదు. శాస్త్రీయ సంగీత నాట్యాలను ఆదరించేవారు కొందరే. అలాగే కళాఖండాలు అనుకున్న సినిమాలు వారం రోజులు ఆడటం లేదు. చవకబారు పాటలు, గంతులున్న సినిమాలు బ్రహ్మాండంగా ఆడుతున్నాయి..."

"మీరెన్నయినా చెప్పండి, కళలను చులకనచేస్తే మాత్రం ఊరుకోను. మీరు కళ వృత్తిగా స్వీకరించారు. నేను కళ కళకోసమే, మానవ మనోవికాసానికి అంటాను."

"అది నేను అంగీకరిస్తాను. కళ కళకోసమే అనుకుంటే కొన్ని పరిస్థితులలో కళాకారుడు బ్రతకటం దుర్లభం అంటాను" అన్నది కవిత.

"ఈనాడు మా శాస్త్రీయ సంగీతంతో సభను అదరగొట్టి మీతో మాట్లాడుతాను.." కార్యకర్తలు పిలిచారు. అతను లోపలికి వెళ్ళిపోయాడు. ఆడిటోరియమ్‌లో ఒక్క సీటుకూడా ఖాళీ లేదు. అందుకే వేదికమీద వేసిన కుర్చీలో కూర్చుంది కవిత. అలాగే చాలామంది కూర్చున్నారు. ప్రార్థన సంగీత కళాకారు లిద్దరు పాడారు. ఆ తరువాత కమలాబాయి "కనకాంబరి" రాగం ఆలపించింది. జనం అటు, ఇటు కదలటం, కబుర్లు చెప్పుకోవటం ప్రారంభించారు. ఆమె ఇరవయి నిమిషాలు పాడింది.

ఆవిడ పాట ఆపగానే ఒక్కసారి ఇటు తిరిగిన జనం చప్పట్లు కొట్టారు.

ఆనంద్ "అసావేరి" యెత్తాడు. అతను కీర్తన ప్రారంభించగానే వెనుకనుండి అరుపులు ప్రారంభమయ్యాయి.

"చిత్రను వేదికమీదికి పిలువరా..." కొందరు అరిచారు.

"అరే! ఓ మంచిపాట పాడరా నాయనా. ఆఁ...ఆఁ... అంటూ మాప్రాణాలు తోడక..."

మరో అయిదు నిమిషాలలో వేదికమీద పాడే వారి దారి వారిదయింది. జనం గోల జనందే. అలాగే కార్యక్రమం కొనసాగితే రాళ్ళు, రప్పలు పడే ప్రమాదం ఉంది. ఆ కలకలం పోలీసులు కూడా ఆపలేరని తెలుసు. అందుకే అసహాయంగా చూచాడు.

"చిత్రగార్ని వేదికమీదికి పిలవండి." యెవరో సలహా ఇచ్చారు. ఆమెను పిలిచారు.

"క్షమించండి, ఈ కలకలం తగ్గితే గాని వేదికపైకి రాను." ఖచ్చితంగా చెప్పింది.

"అది కాదండీ!"

"ఏది కాదండీ! మీ వల్ల కాకపోతే కారు తెప్పించండి. హైద్రాబాదు వస్తే చాలు! చీఫ్ గెస్టుగా రండి! చింతచెట్టులా నిలబడండి! అంటూ ప్రాణాలు తీస్తారు!" చికాకుగా చూచింది.

అందరూ అయోమయంగా చూస్తున్నారు. ఆనంద్‌పాట ఆపి, గందర గోళం గమనించాడు. చటుక్కునలేచి, ఆర్కెస్ట్రా వారితో ఏదో చెప్పి లోపలికి వెళ్ళాడు. తోచనట్టు చూస్తున్న కవితను రెక్కపట్టి లాక్కువచ్చాడు.

"ఏమిటది?"

"ప్లీజ్! కవితగారూ! ఈ మాబ్‌ను కంట్రోల్ చేయటం మీ ఒక్కరివల్లే అవుతుంది. 'వీణలోనా తీగలోనా' పాడండి. నేను వాళ్ళతో చెప్పాను!' స్టేజిమీదకి తెచ్చి ఆమె రెక్క వదిలాడు. కవితకు యెటూ తోచలేదు.

"ప్లీజ్!" ఆనంద్ అభ్యర్థించాడు.

కమలాబాయి రుసరుసలాడుతుంది.

కవిత ఒక్కసారి ఆర్కెస్ట్రా వంక చూచి, వారిచ్చిన ట్యూన్‌కు అనుగుణంగా పాట అందుకుంది. పాట సగం వరకు వచ్చేసరికి అల్లరి ఆగిపోయింది. నిశ్శబ్దంగా కూర్చున్నారు. పాట అయిపోయింది.

ప్రశంసాపూర్వకమైన చప్పట్లతో హాలు ప్రతిధ్వనించింది.

"వన్స్‌మోర్! వన్స్ మోర్!"

అరుపులు, అభ్యర్థనలు వచ్చాయి.

సభకు నమస్కరించింది. ఆ తరువాత ఆనంద్, కవిత రెండు యుగళ గీతాలు పాడారు. చల్లబడిన జనం నెమ్మదించారు. మధ్యాంతరంలో మీటింగ్ పెట్టారు. కుమారి చిత్ర వయ్యారంగా గాయనీ, గాయకులను అభినందిస్తూ ముందు, ముందు కవిత తనకే కంఠం అరువిస్తుందేమోనన్న ఆశాభావాన్ని వ్యక్తం చేసి సభికుల మన్ననకు పాత్రురాలయింది. సభానంతరం కొందరున్నారు. కొందరు వెళ్ళిపోయారు. కవిత కూడా ఇంటికి బయలుదేరింది.

"థాంక్స్ కవితగారూ! ఢిల్లీలో నా ప్రాణం కాపాడారు. ఈనాడు."

"అంతంత పెద్ద మాటలు వద్దండీ!" నవ్వింది కవిత.

"నిజం! నేను హృదయపూర్వకంగా అంటున్న మాటలివి. మీ నిరుపమ మా ఇంటికి చాలాసార్లు వస్తుంది."

"అలాగా!" అన్నది. ఆ విషయం తనకెందుకు చెబుతున్నాడో అర్థం కాలేదు.

"మనుష్యుల మనస్తత్వాలు చిత్రంగా ఉంటాయి కవిత గారూ! ఆ రోజు మసూచి అని భయపడిన అమ్మాయి, ఆప్యాయత, అనురాగం ఒలకబోస్తుంది!" అన్నాడు.

"అది లోకసహజం..." అన్నది త్రుంచినట్టు.

"మిమ్మల్ని డ్రాప్ చేస్తాను."

"థాంక్స్! మీలాంటివారి కార్లో వెళ్ళటం అసహజంగా ఉంటుంది" ముందుకు నడిచింది. అతను చిన్నబుచ్చుకున్నాడు. అతనికీ రోజు యెంతో ఆనందంగా ఉంది. ముఖం ప్రసన్నంగా ఉంది. అది కవితతో పంచుకోవాలని ఉంది. అదేది వీలుకాలేదు. నిట్టూర్చి వెనుదిరిగాడు.

కవిత ఇంటికి వచ్చింది. శేషు మూల్గుతున్నాడు.

"ఏమిట్రా? మళ్ళీ ఏమయింది?"

"ఏమవుతుంది? చావెందుకు రాలేదా అని చూస్తున్నాను" అన్నాడు కోపంగా.

"అవేం మాటలురా!"

"నువ్వు ఒక్కగంటలో వస్తానని వెళ్ళావు. టైమెంత అయిందో తెలుసా?"

"అనుకోకుండా ఆలస్యం అయిందిరా. మొహమాటాలుంటాయి. ఇప్పటికే డబ్బుకు పాడే అమ్మాయి అని ఓ ముద్ర వేశారు. తనకు అవసరముంటేనే వుంటారని అనుకుంటార్రా! సారీ... లేమ్మా!" తమ్ముడికి కితకితలు పెట్టబోయింది. ఒళ్ళు వేడిగా తగిలింది.

"బాప్‌రే.... జ్వరంగా ఉంది!" అన్నది గాభరాగా. ఆమె హృదయం కరిగి నీరయినట్టు అనిపించింది. పాపం! అవిటివాడు! ఎంతసేపని పుస్తకాలతో, రేడియోతో కాలక్షేపం చేస్తాడు. మాత్రవేసి, పాలు త్రాగించింది!

"అక్కా! త్వరగా చనిపోవడానికి ఏవయినా మాత్రలుంటే ఇస్తావా?"

"నీ మొహం! నోరు మూసుకో!" అతడి పైకి చేయి లేపింది.

"కాదక్కా! ఈ బ్రతుకు నాకూ భారమే, నీకూ భారమే, చూచేవారికీ భారమేనక్కా!"

"మళ్ళీ అలాంటి పెద్ద పెద్ద మాటలు మాట్లాడితే చేతులు విరగగొడతాను. ఈసారి ఆపరేషన్ అయితే బాగుంటావు!" అన్నది ఆశాజనకంగా. తల్లికి, తండ్రికి శేషు అంటే యెంత ముద్దో గుర్తుకు తెచ్చుకుంటూ.

"అక్కా! ఆ రేడియో క్రింద చీటీ ఉందే. ఎవరో సూటు, బూటు వేసుకున్నాయన వచ్చి యిచ్చాడు. అతడి మాటలకు నవ్వింది. చీటీ తీసి చదివింది. సామ్‌సన్ అండ్ 'పార్టీ' అనే మ్యూజికల్ గిల్డ్ టాలెంట్ ప్రొప్రయిటర్ అతను. పేరు శ్యామ్ సుందర్.

"మిస్ కవితగారూ! ఆదివారం రాత్రి మేజర్ రమణ గారి అబ్బాయి వివాహ సందర్భంలో జరుగుతున్న రిసెప్షన్ పార్టీ, అందులో మన మ్యూజికల్ ప్రోగ్రామ్ ఉంది. సుశీల్, శీతల్ ఇద్దరూ ఉంటారనుకుంటే, సుశీల్ పెళ్ళికి వెడుతుంది. అమ్మాయిలు లేని కార్యక్రమం అందంగా ఉండదు. కాబట్టి కవితా! ఈసారి మీ సహకారం కావాలి. మేజర్ రావు డబ్బు ముఖం చూచుకునే మనిషి కాదు. నీ ఒక్కదానికే రెండు వందలిప్పిస్తాను. తప్పక రా..!"

"నువ్వు ఏమీ అనుకోనంటే రెండు విషయాలు ముందే చెబుతాను. హుషారయిన పాటలే పాడాలి. రెండవది, ఎంత అందమున్నా అలంకరించుకోక పోతే రాణించదు. ఆదివారం అందరూ ముస్తాబయి వస్తే, నువ్వు మామూలుగా ఉంటే ఏం బావుంటుంది. శీతల్‌కు సమ ఉజ్జీగా ఉండాలి. నన్ను అర్థం చేసుకుంటావు కదూ!" నవ్వుకుంది కవిత. శ్యామ్‌సుందర్ చిత్రమైనవాడు. ఒకసారి మీరు అంటాడు, ఒకసారి నువ్వు అంటాడు. చిత్రమైన వ్యక్తి. అతను ఎలా పిలిచినా కోపం రాదు. తండ్రిలాంటివాడు. ఆప్యాయంగా పిలుస్తాడు.

"యెవరక్కా?"

"ఆదివారం పాడమని ఆహ్వానం వచ్చిందిరా." అన్నది చీటీ మడిచి పెడుతూ.

"వెళ్ళాలా అక్కయ్యా?"

"వెళ్ళకపోతే మందులు, డాక్టర్ ఫీజులు యెలా వస్తాయి?"

తమ్ముడి నుదురు రాస్తూ కూర్చుంది. అర్ధరాత్రి అయినా జ్వరం తగ్గలేదు. ఇంకా తీవ్రరూపం దాల్చింది. ఆమెకు ఏమీ తోచలేదు. లేచి ఇంటివారిని లేపింది. వాళ్ళు భార్యాభర్తలు వచ్చి చూచారు.

"ఎందుకయినా మంచిది. ఆస్పత్రిలో చేర్పించు!" అన్నారు. ఆ రాత్రే చేర్పించారు. అతను ఆటో తీసుకు వచ్చాడు. అతని భార్య కూడా వచ్చింది. అతనికి తెలిసిన వారెవరో ఉంటే అతడిని కలుసుకుని అడ్మిట్ చేసేవరకు తెల్లవార వచ్చింది.

"నువ్వు దగ్గరుండు కవితా! నేను వెళ్ళి మీ బాబాయితో పాలు పంపిస్తాను" అన్నది కమలమ్మ.

"అలాగే పిన్నీ..." వచ్చే దుఃఖం బలవంతంగా ఆపుకుంది. తను ఏం చేయాలి? చేతనయినంత చేస్తుంది. తల్లి, తండ్రి ఒకేసారి పోవటంతో మానసికంగా కూడా దెబ్బతిన్న శేషు కోలుకోలేకపోతున్నాడు.

నిదుర కళ్ళతో వచ్చిన నర్స్ పరీక్షగా చూచింది.

"ఏదయినా మాత్ర ఇస్తారా?"

"మాత్రా! డాక్టరు వచ్చి చూచేవరకూ ఏ మాత్రా ఇవ్వం!" నిర్లక్ష్యంగా వెళ్ళిపోయింది.

ప్రభుత్వ ఆస్పత్రులను ఆ భగవంతుడే చూచుకోవాలి అనుకుంది, ఆరాటంగా అటు ఇటు తిరుగుతూ.

పదకొండు గంటలకు డాక్టరు వచ్చి చూచి, పిల్లల వార్డు నుండి మేల్ వార్డుకు షిఫ్ట్ చేశాడు. ఏదో మందిచ్చాడు.

"దినమంతా అక్కడిక్కడ తిరుగుతూ ఉండు. కాని రాత్రిళ్ళు ఎవరినయినా మగవాళ్ళను దగ్గర ఉంచు" ఖచ్చితంగా చెప్పాడు. మగవాళ్ళను ఎవర్ని ఉంచుతుంది? ఆమెకు మతిపోయింది.

వెల్లువలా వచ్చే ఈ వ్యతిరేక పరిస్థితులను ఎదుర్కోవాలి, తప్పదు. ఆమెకు సాయం చెయ్యగల వ్యక్తి ఒక్క కృష్ణే కనిపించాడు. ఆమె పరండాలో నిల్చుంది. ఇంటాయన ప్లాస్క్, ఓ చిన్న క్యారియర్‌లో అన్నం తెచ్చాడు. శేషుకు నిదురకిచ్చారో ఏమో ఎటు వేస్తే అటు పడుకున్నాడు.

9

కవిత హాల్లో ఉన్న వాళ్ళను చూచి కొద్దిగా జంకింది. అంతా సూటు బూటు మీద నీటుగా ఉన్నారు. వధూవరులు ఓ సోఫాలో కూర్చున్నారు. శీతల్ పాటపాడుతూ నవ్వుతుంది, కన్ను గీటుతుంది. కాలు దువ్వినట్టు చేస్తూ ఎగురుతుంది. మైక్ చేతిలో పట్టుకుని నలుదిక్కులా తిరుగుతుంది. ఆమె చర్యలకు పులకితులయినట్టు నవ్వుతూ, కళ్ళు చికిలిస్తూ పళ్ళు ఇకిలిస్తూ కొందరు యువకులు అరుస్తున్నారు.

"ఓ... మీరిక్కడా పాడతారా?"

తిరిగి చూచింది. కోటుజేబులలో చేతులు పెట్టుకుని నిల్చున్నాడు ఆనంద్.

"మీరా!' అన్నది జంకుగా.

అతను తలపంకిస్తూ వెళ్ళి వధూవరులను అభినందించాడు. కవితకు ఆనంద్‌ను చూచాక కాస్త ధైర్యం వచ్చింది. శ్యామ్‌సుందర్ పార్టీలో పాడుతుంటే యెప్పుడూ వెనకాల నుండి ధైర్యం చెప్పేవాడు. అతనికి జ్వరం వచ్చింది. అతని పార్ట్నర్ భుజంమీద కొట్టనిదే యెవరితోను మాట్లాడడు.

శీతల్ పాట ఆపింది.

గిటారిస్టు ఎల్.వి. ఆమె బుగ్గను పబ్లిక్‌గా ముద్దుపెట్టుకున్నాడు.

అందరూ సంతోషంతో గంతులేసినంత పని చేశారు. ఆనంద్ మైకు ముందుకు వచ్చిన కవితను చూచాడు. అలంకరణలో మరింత అందంగా కనిపించింది. ఆమె కదలక, మెదలక నిశ్చలంగా పాడుతుంటే అందరి చూపులు ఆమెపైనే ఉండటం అతను గమనించకపోలేదు.

వధూవరులను వాళ్ళకు బుక్ చేసిన సీట్‌లోకి పంపారు. హాల్లో పాటలు పాడుతున్నారు. అక్కడున్న వారు త్రాగుతున్నారు. ఆనంద్‌కు పెళ్ళికొడుకే పరిచయం. అందుకే అతను తన సీట్‌లోకి వెళ్ళగానే క్రిందికి పోబోయాడు.

"ఏయ్! ఆ పిల్ల కవితా, సుమతా! పోనివ్వకు!" ముద్దుగా అంటున్నాడు ఒకతను.

"అవును భాయి! సుశీల్ లేక మనకు బోరుగా ఉంది." ఇంకొకతను అన్నాడు.

"ఇందాకే అనుకున్నాం. కాని శ్యామ్‌గారు ఆ అమ్మాయిని జాగ్రత్తగా దింపి రమ్మన్నారు..." అక్కడ వున్న ఒక అతను జవాబు చెప్పాడు. అతడిని పింప్ అంటారు.

"జాగ్రత్తగానే దింపవోయ్! రెండుగంటలు ఆలస్యంగా. మరో రెండు వందల రూపాయలతో కొరుక్కు తినము. నరుక్కు నంజుకోము!" పెద్దగా నవ్వాడు.

హాలులోకి తొంగిచూచాడు ఆనంద్. అక్కడ అసహాయంగా నిలబడి ఇంటికి పంపించమని ప్రాధేయపడుతోంది కవిత. ఇందాక కనిపించిన పింప్ వచ్చాడు.

"ఒక గంటసేపు పైన పాడాలి. ఆ తరువాత నేను దింపేస్తాను" పింప్ యెంతో మర్యాదగా అన్నాడు.

"వధూవరులు వెళ్ళిపోగానే పంపిస్తానని మీ శ్యామ్‌గారు వాగ్దానం చేశారు."

"కాదని నేను అనటంలేదే. రాత్రంతా మీరుంటానన్నా ఉండనియ్యము."

"ప్లీజ్! మా తమ్ముడు చాలా సుస్తీగా వున్నాడు!" కళ్ళు నీటితో నిండాయి. అభిమానంతో బిగబట్టింది.

"మీరిప్పుడు వెళ్ళినా ఆస్పత్రికి వెళ్ళనివ్వరు."

ఆనంద్‌కు పరిస్థితి అర్థం అయింది. తనిప్పుడేం మాట్లాడినా లాభంలేదు. వాళ్ళు పదిమంది ఏకమయి తన్నగలరు. లౌకికంగా పని జరగాలి. అందరిని చితకతన్నటానికి తనేం సినిమా హీరో కాదు.

"ఏయ్ మిస్టర్!" పింప్‌ను పిలిచాడు ఆనంద్.

"ఎస్ సార్!" పింప్ రాగానే అతని చేతిలో వందరూపాయల కాగితం కుక్కాడు.

"ఆ అమ్మాయిని నా గదికి తీసుకువెళ్ళి అరగంటలో పంపిస్తాను' అన్నాడు కన్ను గీటుతూ.

"ఓ...కే సార్. మీద వాళ్ళకేదో చెబుతాను. మిస్ కవితా! మర్యాదగా ఇతని వెంట గదికి వెళ్ళు."

కవిత కళ్ళింత చేసుకుని ఆనంద్ వంక చూచింది.

ఆనంద్ చూచాడు.

"మీరు అలాంటివారేనా!" అన్నట్టు విచ్చుకున్నాయా కళ్ళు.

ఆమె ఆశ్చర్యం నుండి తేరుకోక మునుపే ఆనంద్ వచ్చి ఆమె చెయ్యిపట్టి ఈడ్చుకుపోయినట్లే ముందుకు సాగాడు.

"ఊఁ... మీరు పాడండి" పింప్ అన్నాడు.

పాట ప్రారంభం అయింది. వాయిద్యాల శబ్దం మిన్నుముట్టాయి.

"లిఫ్ట్ ఇటు సాబ్!"

"సారీ!" లిఫ్ట్ వేపు వెళ్ళాడు. బటన్ నొక్కిన అయిదు నిమిషాలకు లిఫ్ట వచ్చింది. ఈలోగా చాలా గింజుకుంది కవిత.

"ఛీ!మీరు పెద్దమనిషి అనుకున్నాను!" అసహ్యంగా చూచింది.

వెనుకే వచ్చిన పింప్ పెద్దగా నవ్వాడు.

"మహా పతివ్రతలా ఫోజులు, పెద్దమనుషులు ఎవరూ ఈ హోటల్‌కు రారు."

ఆనంద్ లిఫ్టులోకి తోశాడు. లిఫ్టుబాయ్ పైకి తీసుకువెళ్ళాడు.

"ఓ! సారీ! క్రిందకు, గ్రౌండ్ ఫ్లోరుకు పద."

లిఫ్ట క్రిందకు దిగింది. ఇద్దరు బయటికి వచ్చారు. ఆనంద్ అటు ఇటు చూచాడు. యెవరి పనులలో వారున్నారు. రిసెప్షనిస్టు కునుకుతున్నాడు. ఆమె రెక్కపట్టి కారు వరకు తెచ్చి ముందటి డోర్ తెరచి ఆమెను కూర్చుండబెట్టి తలుపు వేశాడు.

"ప్లీజ్! ఆనంద్‌గారూ! నన్ను వదిలివేయండి!" దీనంగా చూచింది.

అతను నవ్వి వచ్చి ఇటు ప్రక్కన కూర్చున్నాడు.

"మీకు దండం పెడతానండీ!"

కారు స్టార్టయింది. ఒక్కసారి చుట్టూ కలయచూసి స్పీడు పెంచాడు.

"మిస్ కవితా! నేను ఒకటి అడుగుతాను. ఇస్తానంటే వదిలేస్తాను."

"అడగండి!"

"మళ్ళీ ఇలాంటి హోటళ్ళలో పాడనని వాగ్దానం చెయ్యండి!" చేయి చాపాడు. ఆమె తెల్లబోయినట్టు చూచింది.

"పాడంది బ్రతకలేరా? మీ క్షేమము కోరే చెబుతున్నాను. మిమ్మల్ని దురుద్దేశంతో లాక్కురాలేదు. అక్కడ వారి ప్రణాళిక విని ఈ నాటకం ఆడాను. మేనేజరుతో చెప్పి వారి ఆట కట్టించవచ్చు. కాని అతని స్వరూపమేమిటో తెలియదు. వారితో కలిసి ఉంటే..."

"ఆనంద్‌గారూ!" ఆమె అభిమానంగా అతని వంక చూచింది. ఆమె కళ్ళలో మెదలిన భావము భాషకందనిది.

"నేను అందుకే అంటాను. కళను కళగానే గౌరవించాలని!"

"ఇప్పుడు మీకేం చెప్పలేను గాని కళలను వృత్తిగా పరిస్థితుల ప్రభావము వలన మారుస్తున్నామన్నా సత్యం గ్రహించే రోజు వస్తుంది" అన్నది.

"నాకు మాట ఇవ్వరన్నమాట!"

"క్లబ్బులో పాడనని వాగ్దానం చేస్తున్నాను. ఏది... " అతనివంక తిరిగి చేయి చాపమన్నట్టు చూచింది.

ఒక చేతితో స్టీరింగ్ కంట్రోలు చేస్తూ, రెండవ చేయి ముందుకు చాపాడు.

ఆ చేతిని కళ్ళకు అద్దుకుని తన చేయి వేసింది.

"ఈ రోజు నుండి యెంత డబ్బిచ్చినా క్లబ్బులో పాడను" అన్నది. అతను చెయ్యి లాక్కోలేదు. ఆమె వదిలిపెట్టలేదు.

"కవితా! ఒక్కోసారి ఆలోచిస్తాను. ఢిల్లీలో నువ్వు లేకపోతే ఏమయిపోయే వాడిని అని!"

"ఏంకారు, మరొకరు యెవరో ఉండేవారు."

"ఉహూఁ! ఎవరూ ఉండేవారు కాదు. ఆ పరిస్థితులలో నీకు చాలా ఋణపడి వున్నాను."

"ఈ రోజుతో ఋణం తీరిపోయింది లెండి!" అన్నది.

"నిజంగా అంటున్నారా ఆ మాట!"

కవితకు ప్రమాదం తప్పిందన్న సంతోషం, ఆనంద్ ప్రక్కనుంటే ఏదో అనిర్వచనీయమైన ఆనందం కలుగుతుంది. అప్రయత్నంగా యెన్నోసార్లు అతడిని తాకింది. అతని శరీరమంతా తుడిచింది. ఆ మధురానుభూతి మరిచిపోగలదా! ఢిల్లీలో అతని సేవలో ఏదో పోగొట్టుకున్నానని అందరూ అనుకుంటారు. రెండు మూడు కార్యక్రమాలలో పాడే అవకాశం పోగొట్టుకుంది. కాని పొందింది చాలా యెక్కువ. అది మరిచిపోగలదా!

ఆలోచన, తన్మయత్వం వివశురాలిని చేశాయి. తన చేతిలో వున్న అతని చేతిని పెదవులతో తాకింది.

"కవితా! స్నేహానికి, అభిమానానికి కొన్ని హద్దులుంచాను. ఆ హద్దులు దాటింది మొదట మీరే..." అన్నాడు కొంటెగా. అతని చేయి వదిలేసింది. ఆ మాట విననట్టే బయటికి చూచింది.

"మా ఇల్లు దాటిపోతున్నారు...." అన్నది కంగారుగా.

"కాదు, అంతవరకు వెళ్ళి తిప్పి తీసుకువస్తాను. ఇక్కడ రివర్స్ చేయటం కష్టం..." అన్నాడు.

అతను కారు ఇంటిముందు ఆపాడు.

కవిత దిగి అతనికి నమస్కరించింది. గబగబ లోపలికి వెళ్ళి తలుపులు వేసుకుంది.

ఆనంద్ తల పంకించి కారు పోనిచ్చాడు. అతని మనసంతా తేలికగా ఉంది.

అతనికి సరిత గుర్తుకువచ్చింది. వారం రోజుల క్రితం ఆ అమ్మాయే "ఆనంద్ అంటే ఇష్టం లేదు" అని చెప్పేసింది.

"అతనికి చాలా ఆఫర్స్ వున్నాయి!" అన్నది కసిగా.

ఆ రోజు నిరుపమ వచ్చింది ఆమెకు ఆనంద్‌కంటే ఆనంద్ కారులో తిరగటం చాలా ఇష్టం. అతని మేడ చూడగానే పరవశించిపోతుంది. మరింత వయ్యారాలు పోతుంది. మీనాక్షిని చూచిపోదామని సరిత తల్లితోపాటు వచ్చింది. నిరుపమ ఆనంద్ గదిలో వుంది. ఆమె ఆంధ్ర సారస్వత పరిషత్తులో పాడుతుందట. తనతోపాటు పాడమని బ్రతిమాలుతుంది.

"నాకు ఆ రోజు పని వుంది. అదికాక బాధ్యతాయుతమైన ఉపాధ్యాయ వృత్తిలో ఉన్నవాడిని, యెక్కడపడితే అక్కడ కార్యక్రమాలలో పాల్గొనటం కుదరదు..."

"ప్లీజ్! ఆనంద్! ఈసారి కార్యకర్తలకు చెబుతాను, రవీంద్రభారతిలో ఏర్పాటు చేయమని..." ఒక్కసారి రమ్మన్నట్టు బుంగమూతి పెట్టి బ్రతిమాలింది. చనువుగా వచ్చి అతని భుజంమీద తల వాల్చింది.

అప్పుడే సరిత పైకి వచ్చింది.

"ఓ... నీ సంగీత సరస్వతి ఈవిడేనా!" రోషంగా వెనుతిరిగింది.

"సరితా!" కంగారుగా పిలిచాడు.

"యెవరామె?" నిరుపమ అడిగింది.

"నా కాబోయే భార్య!"

"ఐసీ! అంతా నిశ్చయం అయిందన్నమాట...."

పళ్ళు పటపట కొరుకుతూ వెళ్ళిపోయిందామె.

అయిదు నిమిషాల తరువాత క్రిందికి వచ్చాడు. మీనాక్షి ఒకర్తే వుంది.

"సరిత ఏది పిన్నీ?"

"నువ్వు పైన ఆడపిల్లలతో సరసమాడుతుంటే సరితే కాదు కదా, మరే ఆడపిల్లా సహించదు!" అన్నది కోపంగా.

"ఊఁ!...." ఆమె సహించకపోయినా తనకేం నష్టంలేదు అనుకున్నాడు. వాళ్ళు సరితకు వేరే సంబంధం చూస్తామని ఫోన్ చేశాక రంగనాధరావు దాదాపు ఉన్మాదిలా మారిపోయాడు.

తండ్రి కోపం చూచి హడలిపోయాడు. ఆ సాయంత్రము ఇంటినుండి బయటికి వెళ్ళడమే ఉత్తమము అనుకుని కొద్దిపాటి స్నేహముతో ఆహ్వానించిన పార్టీకి బయలుదేరాడు.

బయలుదేరటం చాలా మంచిదయిందని పదేపదే అనుకున్నాడు. లేకపోతే కవిత ఏమయిపోయేది. కవిత వాలిపోయే కళ్ళు, వంగిపోయే తల మనుషుల్ని పిచ్చివారిని చేస్తుంది. అతను కారు గేరేజ్‌లో పెడుతూ కవితనే తలచుకున్నాడు.

10

"నందూ! ఈ రోజు బయటికి వెళ్ళొద్దు, హన్మంతరావు వస్తానన్నారు" రంగనాథరావు చెప్పాడు.

కవిత తమ్ముడు పోయి నాల్గురోజులవుతుంది. దాదాపు పిచ్చిదానిలా ఉన్న కవితను ఒకసారి పలుకరించి రావాలనుకున్నాడు. హన్మంతరావు యెందుకు వస్తున్నాడో తెలుసు. అతనికి కృష్ణాజిల్లాలో బంగారం పండే పొలం అరవయి యెకరాలుంది.

అతనికి ఇద్దరే ఆడపిల్లలు. పెద్దమ్మాయికి వివాహ మయింది. రెండో అమ్మాయి వుంది. చెరో ఇరవై ఎకరాల పొలం, యాభై వేల నగదు ఇస్తున్నాడు. మిగిలిన ఇరవై తదనంతరం చెరి సగం అన్నాడు.

అతను రావటం, పెళ్ళి సంప్రదింపులు సాగటం, వద్దనటం బావుండదు.

"నాన్నా!"

"ఏమిటి నందూ!"

"నేను హన్మంతరావు గారి అమ్మాయిని వివాహం చేసుకోను."

అతనికి ఉరుములు లేని పిడుగు పడినట్టు అనిపించింది.

"అవును నాన్నా! నేను కవితను చేసుకుందాము అనుకున్నాను!"

"కవితా!" అతని ముఖం తెల్లబోయింది.

"నాతోపాటు ఢిల్లీ వచ్చింది చూడండి..." గుర్తు చేశాడు.

"నీకు మతిపోయిందా! ఒంటరిగాడవు. ఆ దిక్కులేని పిల్లను యెలా చేసుకుంటావ్?"

ఇదే మంచి తరుణం! తండ్రితో తన అభిప్రాయం ఖచ్చితంగా చెప్పాలి.

"అదికాదు నాన్నా! ఆ అమ్మాయి నాకు చాలా నచ్చింది. నచ్చనివారితో జీవితాంతం యెలా కాపురం చేస్తాను?"

"నందూ! నేను నీ భవిష్యత్తు ఆలోచించలేదంటావా!"

"మీరో దృక్పథంలో ఆలోచిస్తారు నాన్నా. మనిషికి డబ్బు అవసరం. కాని ముఖ్యం అనుకోను. నా ఇష్టం చెప్పాను. ఆ తరువాత మీ ఇష్టం..." అన్నాడు. తండ్రి బలహీనత తెలుసు. నీ ఇష్టం అన్నప్పుడే డిక్టేట్ చెయ్యలేదు.

అతను మాట్లాడక హాలులో పచార్లు ప్రారంభించాడు. ఆనంద్ మెల్లగా బయటికి వచ్చాడు. అతనికి తెలుసు. తండ్రికి కోపం వస్తుంది. ఆ తరువాత కొడుకు ఇష్టప్రకారమే నిర్ణయము చేస్తాడు.

ఆనంద్ కవిత ఇంటికి కాస్త దూరంలో కారు పార్కచేసి, ఇంట్లోకి వెళ్ళాడు. అతడిని చూచి అక్కడ వున్న ఇద్దరు, ముగ్గురు అమ్మాయిలు తప్పుకున్నారు.

కవిత మోకాళ్ళమీద గడ్డం ఆన్చి ఏడుస్తూ కూర్చుంది.

"కవితా!"

"ఊఁ..." అన్నది తల ఎత్తకుండానే.

"చూడు... ఏడ్చి చనిపోయినవారిని తిరిగి తీసుకువచ్చే శక్తే వుంటే ఎప్పుడో తెచ్చేవారం! ఒక విధంగా ఆ ప్రాణికి విముక్తి కలిగింది..." అన్నాడు.

ఈసారి తలెత్తి చూచింది. ఆమె కళ్ళు నిండుకుండల్లా ఉన్నాయి. అప్రయత్నంగా అతని చేయి ఆమె కళ్ళు ఒత్తింది.

"అమ్మా, నాన్నా వాడి బాధ్యత నాకు అప్పగించారు. నేను సరిగ్గా నిర్వహించలేక పోయాను."

"అని మీరు అనుకుంటున్నారు. మీ అమ్మా నాన్నా వున్నా అంతకంటే ఏం చేసేవారు?"

"అలా అడగరా! ఆవిడకు పూర్తిగా మతిపోయింది. చనిపోవాలనుకుంటుంది!" కృష్ణ వచ్చాడు.

కళ్ళు తుడుచుకుంది కవిత.

"మీకు చాలా శ్రమ ఇస్తున్నాను. రెండు పూటలా భోజనం తెస్తున్నారు. ఈ రోజు నుండి వంట చేసుకుంటాను." అన్నది.

"నీకు వ్యాపకం కావాలంటే వంటచేసుకో. కాని నాకేదో శ్రమ అని మాత్రం అనుకోకు" కృష్ణ అన్నాడు.

"ఏమిటో ఈ అనుబంధాలు..." గొణుక్కుంది. హాస్పత్రిలో శేషు పోయినప్పుడు కవితతో పాటు కృష్ణ వున్నాడు. అతను బంధువులా ఆదుకున్నాడు. విషయము తెలియగానే ఆనంద్ కూడా వచ్చాడు. ఇంటివాళ్ళు తల్లి తండ్రికంటే ఎక్కువగా ఆదుకున్నారు.

మరికాసేపుండి ఆనంద్ ఇంటికి వచ్చేశాడు. ఇంట్లో గంభీరమైన నిశ్శబ్దం తాండవిస్తుంది. వారం రోజులు అలాగే గడిచాయి. అప్పుడప్పుడు అవసరమయితే మాట్లాడుకుంటున్నారు, అంతే. ఆనంద్ కాలేజి నుండి రాగానే టీత్రాగి, కవితను చూచి, అక్కడ నుండి స్నేహితులను కలసి ఇంటికి వచ్చేస్తున్నాడు.

"నందూ! ఒక్కమాట..."

"ఏమిటి నాన్నా?"

వెళ్ళి అతని ప్రక్కన కూర్చున్నాడు.

"కూర్చో, నీతో మాట్లాడాలి."

"చెప్పండి" అన్నాడు, తను కూర్చున్నది గమనించి కూడా నాన్న కూర్చోమంటాడేం అనుకుంటూ.

"చూడు నందూ! నా అజాగ్రత్త వల్ల అయితేనేం? మీ పిన్ని ఖర్చుల వల్ల అయితేనేం, మన దగ్గరరొక్కం అంటూ ఏం మిగలలేదు."

"ఇప్పుడు రొక్కం కావాలని యెవరంటారు నాన్నా?"

"కాదు బాబూ! తండ్రిగా నా బాధ్యత నాకుంటుంది కదా! వాళ్ళమ్మాయిని చేసుకుంటామని కొంత డబ్బు తీసుకున్నాను. అది తిరిగి ఇచ్చేస్తాననుకో..."

"మరింకేమిటి నాన్నా!"

"మనకంటూ పొలం, ఇల్లే మిగులుతాయి. అందుకని హన్మంతరావు గారి సంబంధం చూచాను..."

"మనము సంపాదించుకోవాలి గాని ఒకరిస్తే ఉంటుందా?"

"అన్న ధైర్యం నీకుంటే చాలు..."

"అధైర్యం పడాల్సిన పనేముంది నాన్నా, నేను ఉద్యోగం చేస్తున్నాను. కవితకూడా కష్టసుఖాలు తెలిసిన అమ్మాయి. మా కొచ్చేది సరిపోతుందనే అనుకుంటాను."

"ధైర్యముంటే చాలు. అదే చెబుదామని పిలిచాను. నా పార్ట్నర్ రఘురామయ్య, అన్న కొడుకును పెంచుకుని పెండ్లి చేస్తే వచ్చిన కోడలు, మీరు ఆస్తిపరులనుకున్నానని ఒకటే గొడవట."

"అలాంటి గొడవ ఏంలేదు నాన్నా!"

"అయితే త్వరగా ఆ శుభకార్యం కాస్త కానిచ్చేద్దాం. నా ఆరోగ్యం అంత బాగాలేదు."

"కవితను తీసుకువస్తాను నాన్నా!" అతని మనసు మబ్బులు విడిచిన ఆకాశంలా స్వచ్ఛంగా, తేలికగా, నిర్మలంగా ఉంది. ఆ సంతోషంతో కవిత దగ్గరకు వెళ్ళాడు.

ఆమె చాపపై కూర్చుని కూనిరాగం తీస్తుంది. రాగానికి సాగినట్టు కళ్ళ నుండి నీళ్ళు కారిపోతున్నాయి.

స్మృతి వీడని నీడవు నీవు
నా హృదిలో మెదిలే వ్యధ నీవు
పసి పాపలంటేనే ప్రీతా!
హృదిలేని ఓ విధితా –

"ఉహు! కసికాయలంటేనే తీపా!" అనుకుంటూ రెండు చేతుల్లో ముఖం కప్పుకుంది.

"కవితా!" మెల్లగా ప్రక్కన కూర్చుని ఆమె తలమీద చెయ్యివేశాడు ఆనంద్.

"మీరా..." తల ఎత్తింది.

"ఒంటరిగా కూర్చుని చేస్తున్న పని ఇదా?" ఆమె చేతిలో చేయి వేశాడు.

"ఏం చేయాలి! ఈ ఇంట్లో ఎటుచూచినా వాడే కన్పిస్తున్నాడు. వాడి జ్ఞాపకాలే కాల్చి వేస్తున్నాయి..."

"చూడు కవితా! ఈ ఒంటరితనము భరించలేవు గాని, మా ఇంటికి వెళ్దాం. పదా."

"మీ ఇంటికా!" ఆశ్చర్యంగా చూచింది.

ఆమె రెండు కళ్ళు ఒత్తాడు.

"అవును! ఊర్కే తీసుకువెళ్ళి అందరి అనుమానాలకు గురి చెయ్యను. రిజిస్టర్ మేరేజ్ చేసుకుని తీసుకువెడతాను. అఫ్‌కోర్స్, మీ తమ్ముడు పోయి నెల కూడా తిరగలేదు. నేను వివాహ ప్రసక్తి తేవటం బాగుండదు..."

"మీ ఇష్టం..." అన్నది. ఎవరన్నా వచ్చి మాట్లాడుతుంటే అన్నీ మరిచి పోతుంది. ఒంటరిగా ఉంటే వివిధ ఘట్టాలు ఆమెను భయపెట్టి కృంగ దీస్తుంటాయి.

"కవితా!" ఉద్వేగంగా ఆమె చెయ్యి నొక్కాడు. అతను ఆలోచించి, చుట్టు చూచాడు. వంటచేసిన జాడ కనిపించలేదు.

"లే కవితా! ఏదయినా టిఫిన్ తెస్తాను. ఇద్దరం తిని ఇంటికి వెడదాము."

"తేవటం దేనికి? నేను చేస్తానులెండి" ఆమె లేచి ఉప్మా చేసింది. అతను తీసుకున్న టిఫిన్ చూచి తనకోసమే చేయించాడని అర్థం అయింది.

ఆమె అద్దం ముందు నిలబడి బొట్టు పెట్టుకుంటుంది.

"అబ్బా కవితా! అంత పెద్ద బొట్టెందుకు అమ్మవారిలా! చిన్న బొట్టు బావుంటుంది!" అన్నాడు.

ఆమె చిన్నగా నవ్వింది. బొట్టు చిన్నగా పెట్టుకుంది.

"అమ్మయ్య! అప్పుడే నీ పెత్తనం ఏమిటనంటావేమో అనుకున్నాను."

"పెత్తనానికి, ప్రేమకు భేదం తెలియని మూర్ఖురాలని కాను" అన్నది.

అతను వెళ్ళి బయట నిల్చుంటే ఆమె చీర మార్చుకుని వచ్చింది. పాత పట్టుచీరలో హుందాగా, గంభీరంగా కనిపించింది. ఇద్దరూ కార్లో కూర్చున్నారు.

"ఆనంద్‌గారూ! మన వివాహం మీ వాళ్ళకు చెప్పారా! దేశాలు పట్టిన చెల్లెలుంది..."

"ఉష్." ఆమె నోటికి చెయ్యి అడ్డం పెట్టాడు. కారు స్టార్టు చేశాడు.

"చూడు కవితా! ఎదురుగా నువ్వు కనిపిస్తుంటే, నీ ఏడుతరాల చరిత్ర అడగటం, ఆరా తీయడం నా అభిమతం కాదు. నాపట్ల నీకు, నీ పట్ల నాకు నమ్మకం ఉంటే చాలు" అన్నాడు. ఇద్దరూ కారుదిగి ఇంట్లోకి వెళ్ళారు.

సోఫాలో దర్పంగా కూర్చున్న రంగనాథరావుకు, మీనాక్షికి నమస్కరించింది కవిత.

"కవిత నాన్నా!"

"కూర్చోమ్మా!"

అసహాయంగా చూచింది కవిత. ఎక్కడ కూర్చోవాలో అర్థం కాలేదు. పెద్ద సోఫాలో రంగనాథరావు కూర్చున్నారు. రెండు సింగిల్ సోఫాల్లో మీనాక్షి, ఆనంద్ కూర్చున్నారు. ఆమె ఆనంద్ వంక చూచింది.

"ఓ....సారీ!" అతను వెళ్ళి తండ్రి ప్రక్కన కూర్చున్నాడు. ఆయన తండ్రి వివరాలు అడిగాడు, చెప్పింది.

"ఆమెకో తమ్ముడు, చెల్లెలు ఉండేవారు నాన్నా...."

"తమ్ముడు ఈ మధ్యే పోయాడని చెప్పావుగా."

"ఆఁ, చెల్లెలు బంధువుల దగ్గరుంది."

అదిరిపడ్డట్టు చూచింది కవిత. కళ్ళతోనే ఫరవాలేదన్నట్టు చెప్పాడు ఆనంద్.

"నాకు తలనొప్పిగా వుంది ఆనంద్; వస్తాను" మీనాక్షి లేచి వెళ్ళిపోయింది.

భయంగా దెబ్బతిన్నట్టు చూచింది కవిత.

రంగనాథరావు అది గమనించలేకపోలేదు.

"ఆనంద్, అమ్మాయికి ఇల్లు చూపించు" అన్నాడు.

చూశావా అన్నట్టు ఆనంద్ కవిత వైపు చూచాడు. పీరయ్య కాఫీ తెచ్చాడు. ముగ్గురూ తీసుకున్నారు.

"పద...."

కవిత లేచి నిండుగా పమిట కప్పుకుని ఆనంద్‌ను అనుసరించింది.

రంగనాథరావు మరోసారి ఆమె వంక చూచాడు. నలుపు తెలుపు కలనేత నారాయణపేట పట్టుచీరలో, పొడగరి, పొట్టికాని ఎత్తులో బొమ్మలా లేకపోయినా ఆకర్షణీయంగా ఉంది. గులాబి రంగు కాకపోయినా, పసుపు తెలుపు కలబోసి నట్టున్న అదోరకమైన ఛాయలో చూడగానే ఒక క్షణం కళ్ళు తిప్పుకోనివ్వని ఆకర్షణ ఉంది అనుకున్నాడు.

పైన ఏం జరిగిందో ఆనంద్ పకపక నవ్వుతున్నాడు. ఆమె సమక్షంలో కొడుకు నవ్వగలిగితే చాలు. తను మీనాక్షిని చేసుకుని ఏం సుఖపడ్డాడు.?

జవాబు చెప్పుకోటానికి అతనికే సిగ్గు వేసింది.

చెల్లెలు భర్త వ్యాపారం చేస్తాడు.

తమ్ముడు డొనేషన్ కట్టి చదువుతాడు.

అన్న పిల్లలకు పెళ్ళి కావాలి.

అక్కపిల్లలకు ఉద్యోగాలు రావాలి.

తలిదండ్రులు యాత్రలకు వెడతారు.

బంధువులు అవసరాలకు వస్తారు. ఈ విషయాలు తప్ప మీనాక్షి మరే విషయాలు మాట్లాడదు. తనను ఒక బ్యాంకో, అందరికీ సహాయం చేసే పరపతిగల బంధువో అనుకుంటుంది గాని, భర్తని భావించదు. పోనీ వాడయినా సుఖపడనీ అనుకున్నాడు.

"రాజమ్మా!"

"అయ్యా" రాజమ్మ వచ్చింది.

"మీ చిన్నయ్య అమ్మాయిని తీసుకొచ్చాడు."

"చూచి, కాఫీ పంపాను కదయ్యా" అన్నది రాజమ్మ. ఆమె ముఖంలోని ప్రసన్నత చూచే ఆమె కవితనిష్టపడిందని అర్థం అయింది.

లేచి మెల్లగా గదిలోకి వెళ్ళాడు. మీనాక్షి అటు యిటు దొర్లుతున్నది.

"మీనా తలనొప్పి యెలా వుంది?"

"అందంగానే ఉన్నది."

"అదేమిటి?"

"ఓ...మీరడుగుతున్నది నా తలనొప్పి గురించా? నేను మీ అబ్బాయి చేసుకుంటానన్న అమ్మాయిని గూర్చి అనుకున్నాను."

"ఛ... అదేం మాట? వాడు నా ఒక్కడి కొడుకేనా? నువ్వు వద్దనుకున్నా, కావాలనుకున్నా వాడు నీ కొడుకు అని అందరూ అని తీరుతారు?" అన్నాడు శాంతంగానే.

"ఆం! ఆం! అంటారు. పనిలేని వాళ్ళేం చేస్తారు?" లేచింది. భర్త వంక తిరస్కారంగా చూచింది.

"నా కొడుకే అయితే నా అభిప్రాయం అడుగుతాడు. నన్ను చూడమంటాడు."

"నువ్వు ఈ మధ్య వాడిని శత్రువులా చూస్తున్నావు. అందుకే వాడూ తప్పుకు తిరుగుతున్నాడు."

"మిత్రుడిలా చూడటానికి అతను ఆస్కారం ఇచ్చాడా అసలు. శశిని వద్దన్నారు బావుంది. మీరు చూచిన అమ్మాయిని అయినా మెచ్చాలా! అసలు తల్లితో పాటు తండ్రి పోయాడనుకున్నాడా! ఈ అప్పులు తీరేది యెలా?"

చటుక్కున ఆమె నోరు మూశాడు. "వాడి కోసం చేసిన అప్పులు కావు. వాడి బాధ్యత లేదు."

ఆమె అతని చేతిని విసిరికొట్టింది.

"నా ప్రమేయంతో జరుగని వివాహానికి నా సహకారం ఉండదని గుర్తుంచుకోండి" దెబ్బతిన్న ఉరిగిలా బయటికి పోయి, గుమ్మములో ఆనంద్‌ను చూచి వెనక్కు వచ్చింది. మంచంమీద పడిపోయింది.

"నాన్నా! కవితను పంపించి వస్తాను" ఆనంద్ చెప్పి వెళ్ళిపోయాడు.

11

ఆహ్వాన పత్రిక తీసుకుని రంగనాథరావు సూర్యారావింటికి వెళ్ళాడు. సూర్యారావు సూటీపోటీ మాటలు భరించటం కష్టంగా ఉన్నా బాకీ ఉన్నంత కాలమయినా భరించాలి. స్నేహంగా వుండాలి.

"రా! రంగా... రా... ఏమిటి విశేషం?" నవ్వుతూ అడిగాడు, ఆ నవ్వు కుమ్మరాములా ఉంది. యెప్పుడో ఫట్‌మని మండుతుందని తెలుసు.

"ఏం లేదురా! శుక్రవారంనాడు అబ్బాయి వివాహం యాదగిరి నరసింహస్వామి సన్నిధిలో చేయాలని నిశ్చయమైంది. తప్పకుండా రావాలి."

"నీకు మతిపోయిందేమిట్రా రంగా! అయ్యా అమ్మా లేనివాడు అమ్మవల్లి తీర్థం, ఏదిక్కూ లేనివాడు యాదగిరి తీర్థం వెడతారని సామెత ఉందిగా! దిక్కూ మొక్కూ లేనట్టు అక్కడ చేస్తావెందుకు."

"వాడు వద్దనే అంటున్నాడు. రిజిస్ట్రారాఫీసులో చేసుకుంటానని అన్నా, నేనే బలవంతం చేశాను. ఏ దిక్కూలేని వారికా దేవుడే దిక్కు" చిన్నబుచ్చుకున్నాడు.

"అవునట! మీనాక్షమ్మ ఫోన్ చేసి ఒకటే బాధపడింది. మీ అప్పెలా తీరుస్తాం అన్నయ్యగారూ! అన్నది. రంగడు నా స్నేహితుడే కాదమ్మా! అభిమాన మున్నమనిషి అన్నాను."

రంగారావుకు ఆ క్షణంలో భూమి బ్రద్దలయి అందులోకి కూరుకుపోతే బావుండును అనిపించింది.

"అన్నట్టు మరచేపోయాను. సరిత వివాహం చూచావుగా, రెండువేల మంది వచ్చారు. అల్లుడి దగ్గర స్నేహితులు రాలేదట. "మహారాణి"లో రేపు సాయంత్రం పార్టీ, అందరూ రండి. యాదగిరి గుట్టకు వచ్చే తీరిక ఓపిక నాకు లేదుగాని కోడల్ని తీసుకురా చూస్తాను."

అప్పుడే మెట్లు దిగి వచ్చింది సరిత. ఉత్సవానికి బయలుదేరిన అమ్మవారిలా ఉంది.

"అవును అంకుల్. మీ ఆనంద్ కాబోయే భార్య అపర సంగీత సరస్వతిట కదా. తప్పక తీసుకురండి. వీలయితే ఓ రెండు పాటలు పాడుతుంది" అన్నది.

"అలాగే..." అన్నాడు. రంగనాథరావుకు తల కొట్టేసినట్టయింది. రేపు పార్టీకి వెళ్ళకపోతే మరీ పగబూనుతాడు. ఆనంద్ వివాహము అయ్యాక కొంత పొలం అమ్మి అయినా ఇల్లు అమ్మి అయినా అప్పు తీర్చాలి అనుకున్నాడు.

ఇంటికి వస్తూనే ఆనంద్‌ను పిలిచి పార్టీ సంగతి చెప్పాడు.

"కవితను తీసుకురమ్మని మరీ మరీ చెప్పాడురా మామయ్య."

"ప్రేమతో కాదులే నాన్నా, తన కూతుర్ని కాదని యెంత అందకత్తెను చేసుకుంటున్నాడో చూడాలని..."

"అనాకారి అయితే భయపడాలి. వెళ్ళకపోతే అందరూ తలా ఒకరకంగా అనుకుంటారు."

"సరే" అన్నాడు ఆనంద్.

మర్నాడు సాయంత్రం కవితను తీసుకురావటానికి వెళ్ళాడు ఆనంద్.

"నాకేమిటో భయంగా ఉందండీ."

"అండీ, గుండీలు లేవండి. భయమెందుకండీ?"

"మీకంతా వేళాకోళమే. అంతా పెద్దవారొస్తారు."

"నీవు పసిపాపవా?"

"అది కాదండీ, గొప్పవారు..."

"వారికంటే నువ్వే గొప్పదానవు. వారిపేర్లు వాళ్ళ సర్కిలులో తెలిసి ఉంటాయి. నీ పేరు ట్విన్ సిటీస్‌లో అందరికీ తెలుసు" అన్నాడు అల్లరిగా.

"అబ్బబ్బ! నేను చెప్పేది వినరు." విసుక్కుంది.

"ప్రస్తుతానికి నేను చెప్పేది విను. త్వరగా తెమిలితే వెళ్ళి డ్యాన్సు చూడొచ్చు."

ఆమె త్వరగా తయారయి వచ్చింది.

"గుడ్! నే నూహించినట్టే ఉన్నావు" అన్నాడు ఆమెను చూస్తూ.

కవిత తెల్లని ఆర్గంజా చీర కట్టుకుంది. తెల్లని మట్టి గాజులు వేసుకుంది. అంతకంటే తెల్లని మల్లెలు జడలో తురుముకుంది. తెల్లని ఆర్టిఫిషియల్ ముత్యాల దండతో అంతకంటే తెల్లని పలు వరుస తళుక్కుమంటుండగా స్వచ్ఛత చిహ్నమయిన శ్వేతసుందరిలా వచ్చింది.

"పదండి ఆలస్యం అయింది."

అతను చేయి చాచాడు. ఆ చేతిని పట్టుకుని ముందుకు నడిచింది.

అతనికి మీనాక్షిపై చాలా కోపంగా ఉంది. రంగనాధరావు కోడలికి అయిదు చీరలు కొన్నాడు. అవి మీనాక్షి తీసుకొని దగ్గర వుంచేసుకుంది. తను బట్టలు కొనుక్కుంటూ తెల్లచీర కొన్నాడు.

కారు దగ్గరకు వచ్చాక అతడిని వదిలి అటునుండి వచ్చి ఎక్కింది. స్టీరింగు ముందు కూర్చున్న ఆనంద్ వేళ్ళు ముడిచాడు.

"ఏమిటి అది?"

"ఇంకా ఎన్ని రోజులు, ఎన్ని గంటలు నీకు దూరంగా వుండాలా అని..."

"మీరలా మాట్లాడితే దిగిపోతాను." అన్నది.

"అమ్మో! ఇప్పటికే ఆలస్యం అయింది!" అతను యాక్సిలరేటర్ కసిగా నొక్కాడు.

ఇద్దరూ 'మహారాణి' ముందు దిగి లోపలికి వచ్చారు. మందంగా వున్న దీపకాంతిలో కవిత శ్వేతసుందరిలా నడిచి వచ్చింది. అందరికళ్ళు ఆమెపైకే మళ్ళాయి. ఆనంద్ గర్వంగా సరిత వంక చూచాడు. ఆమె కుంచించుకు పోయింది. ఈర్ష్యగా కవితను చూచింది.

కవిత వినయంగా అందరికీ నమస్కరించింది.

"కవితా! సూర్యారావు తండ్రిలాంటివాడు. పాదాభివందనం చెయ్యమ్మా" రంగనాథరావు అన్నాడు.

ఆమె వినయంగా వంగి పాదాలు అంటింది.

"శీఘ్రమే సుపుత్ర ప్రాప్తిరస్తూ..." సూర్యారావు ఆశీర్వదించాడు.

"వివాహం కాకుండానే..." అతని భార్య నవ్వింది.

"ఈ కాలమే అంత, అంతా మనలాగ మడికట్టి పెంచుతారా?" వెటకారం చేశాడు.

రంగనాథరావు చేతిలో ఉన్న బీర్ సిప్‌తో పాటు కోపం దిగమింగాడు.

కవిత ఆనంద్ వెళ్ళి ఓ టేబుల్ ముందు కూర్చున్నారు. అక్కడికి సరిత వచ్చింది. వెంట ఆమె భర్త కూడా ఉన్నాడు.

"హలో ఆనంద్... కుమార్, అవుతూ, అవుతూ తప్పిపోయిన భర్త..." వెకిలిగా నవ్వింది.

"హలో!" అతను చేయి చాచాడు. ఆనంద్ చేయి కలిపాడు.

"నా ఉడ్‌బి కవిత..."

"గ్రేట్ సింగర్! పార్టీలలో హోటళ్ళలో పాడుతుంది" సరిత పూర్తి చేసింది.

"గ్లాడ్ టు మీట్ యు..."

"ఆనంద్! పార్టీ కాగానే మీరిద్దరూ పాడాలి. ఊర్కే వద్దులే. నూటపదహార్లు నాన్నతో ఇప్పిస్తాను."

"థాంక్యూ.... థాంక్యూ! మా పెళ్ళి ఖర్చులకెలా అని బాధపడుతున్నాను" అన్నాడు ఆనంద్.

కవిత ముళ్ళమీదున్నట్టుంది. అందరూ హాయిగా త్రాగారు, తిన్నారు. ఆమె ఏం తినలేకపోయింది.

గట్టునపడిన చేపలా, నూనెలో పడిన చీమలా ఉంది ఆమె పరిస్థితి.

"ఆనంద్! మనం వెళ్ళిపోదామా?" మెల్లగా అడిగింది.

"అలాగే" అన్నాడు కళ్ళతోనే ధైర్యం చెబుతూ.

అందరి భోజనాలు అయ్యాయి.

"హాల్లో డాన్స్‌ప్రోగ్రాముంది రండి. ముఖ్యమైన స్నేహితుల కోసం ఏర్పాటయింది.

"మమ్మల్ని క్షమించండి మామయ్యా!" లేచాడు ఆనంద్.

"అరే డాన్స్ చూడవోయ్. మళ్ళీ చూస్తావోలేదో..." చేయిపట్టి లాగాడు.

"కవితా! ఒక్క అయిదు నిమిషాలు కూర్చుని వెడదాము."

కవితకి ఇబ్బందిగా ఉంది. హాలులో అప్పటికే జనం నిండిపోయారు. ఒక వేపు నిల్చుండిపోయారు సూర్యారావు కుటుంబం, రంగనాథం కుటుంబం. కుర్చీలు వేస్తున్నారు.

ప్రక్క గదిలో నుండి వచ్చిన గీత ఆశ్చర్యంగా చూచింది.

"అక్కా! నువ్వు పాడుతున్నావా?"

చెల్లెలిని అక్కడ చూడగానే బాహ్యస్మృతి కోలుపోయింది కవిత. కడుపులో కారుచిచ్చులా రగులుతున్న కోపం బుస్సుమంది.

"ఏం, నువ్వు ఆడగాలేని తప్పు నేను పాడితే వచ్చిందా?" వెటకారంగా అడిగింది.

"కవితా!" కంగారుగా ఆమె భుజంపట్టి వెనక్కులాగాడు ఆనంద్.

"అక్కా..." గీతకు అర్థం అయింది. శేషు పోయినప్పుడు కారులో వచ్చిన యువకుడు అతను. ఆమె సూక్ష్మగ్రాహి. చుట్టూ అందరూ తమనే చూడటం గ్రహించింది.

"ఓ సారీ మిస్ కవితా! ఒకప్పటి స్నేహితురాలివని పలుకరించాను. విష్ యు గుడ్‌లక్!" గీత లోపలికి పోబోయింది.

సూర్యారావు గీతను, కవితను మార్చి మార్చి చూచాడు.

అచ్చు గుద్దినట్లు పోలికలు కనిపిస్తున్నాయి.

అతను గీత భుజం పట్టి ఆపాడు.

"కవిత నీకు అక్క కదూ?"

"పిలుస్తాను, పిలువకూడదా?"

"నటించకూడదు... రంగా! నీ తెలివికి నా జోహార్లురా. ఆడే, పాడే అమ్మాయిలు కోడంగ్రయితే పోయినదంతా సంపాదించుకోవచ్చు..." నవ్వాడు వెటకారంగా.

"సూర్యం!" రంగనాధరావు ఆవేశంగా ముందుకు వచ్చి గీత చెయ్యి పట్టుకున్నాడు.

"ఏయ్!.. యెవరు నువ్వు?"

"ఉహుఁ! వదలండి. నా పేరు షబ్‌నమ్! ఇక్కడ డాన్సర్‌ని" విదిలించుకుని దూరంగా నిలబడింది.

తలపై వెయ్యి ఏన్గులు త్రొక్కుతున్నట్టు నిలబడి పోయింది కవిత.

"ఆ అమ్మాయిని అక్కా అని యెందుకు పిలిచావు?"

"మిమ్మల్ని మామయ్యా అంటాను తప్పా? కొన్ని చోట్ల ఆమె పాటలు విన్నాను, అభిమానించాను."

'నాన్నా! ఈ రగడ దేనికి? ఆ అమ్మాయి అక్కా అని పిలిచినంత మాత్రంలో మనకు వచ్చిన నష్టమేమిటి? వెడదాం పదండి."

ఆనంద్ దాదాపు కవితను లాక్కువచ్చినట్టు చేశాడు. ఆమెను కారులో కూలేశాడు. ఆమె క్రింది పెదవి పళ్ళమధ్య బిగబట్టి దుఃఖం ఆపుకుందని గ్రహించాడు. అయిదు నిముషాలకు, రంగనాధరావు, మీనాక్షి వచ్చారు. సాగనంపుతూ సూర్యారావు వచ్చాడు.

"క్షమించు రంగా! పోలికలు కనిపిస్తే అలా అన్నాను. నాకు తెలియదా! నువ్వు పరువు, ప్రతిష్ట అంటే ప్రాణం పెడతావని. విష్ యు గుడ్ లక్ ఆనంద్..."

"థ్యాంక్ యు..." అన్నాడు. అగ్నిలో ఆజ్యంపోసి ఆర్పగల సామర్థ్యం నీకే ఉంది సూర్యారావూ అనుకున్నాడు మనస్సులో.

ఇంటికి రాగానే రంగనాధరావు కవితను పిలిచాడు.

"మీ ఇంట్లో నీకు యెవరంటే గౌరవం, ఇష్టం కవితా?" ఆప్యాయంగా అడిగాడు.

"నాన్నగారంటే చాలా గౌరవం. వారిప్పుడు లేరు. ఆ ప్రసక్తి యెందుకు?"

"ఆనంద్ అంటే?"

"ఆ విషయములో మీకు అనుమానం యెందుకు వచ్చింది?" తల వంచుకుంది కవిత.

మీనాక్షి, ఆనంద్ గుడ్లప్పగించి చూస్తున్నారు.

"నాకు జవాబు కావాలి. ఆనంద్ అంటే అభిమానము, గౌరవము కదూ?" రెట్టించినట్టు అడిగాడు.

అవునన్నట్టు తల ఊపింది.

"ఆనంద్ మీద ప్రమాణం చేసి చెప్పు! ఆ షబ్నమ్ యెవరు?" భయ విహ్వల అయినట్లు అందరివంక చూచింది.

"ఆనంద్, నీ ప్రమేయం అనవసరం మాట్లాడక!"

"ఆ అమ్మాయి షబనమ్ కాదు. నా చెల్లెలు గీత" అన్నది నిశ్చలంగా.

"ఆఁ... యెంతటిదానవే. క్లబ్బులో డాన్స్ చేసేదాని అక్కవా! మా కొంప ముంచడానికి వచ్చావా?" మీనాక్షి గఁయ్‌మంది. ఉరికంబం యెక్కబోయే ముద్దాయిలా నిర్వికారంగా నిల్చుంది కవిత.

"పిన్నీ! యెందుకా నిందలు! ఆమె చెల్లెలు డాన్సరయితే ఆమెదేం తప్పు?"

"ఆనంద్! ఈ ఇంటి పరువు, ప్రతిష్టలేంగాను?"

"అన్నీ జాగ్రత్తగానే ఉంటాయి..."

"నందూ! ఇంకా ఆ అమ్మాయిని చేసుకుందామనే ఉద్దేశ్యం ఉందా?" రంగనాధరావు అడిగాడు.

"ఉద్దేశ్యాలు మార్చుకునే అవసరం ఏం కలిగింది. ఆ అమ్మాయి బ్రతుకు ఆమె బ్రతుకుతుంది. పరువు, మర్యాద గల సూర్యారావు కూతురి సగం శరీరం బజార్లోనే ఉంది చూశావా?"

"నోరుముయ్యి! నా ఆర్థిక పరిస్థితి దిగజారింది కాబట్టే నేను దిగజారానని లోకం అనుకుంటుంది. ఈ వివాహం జరగటానికి వీలులేదు."

"ఇదే మీ నిర్ణయమా?"

"రెండుసార్లు చెప్పే అలవాటు నాకు లేదు."

"చెప్పించుకునే అలవాటు నాకు లేదు... పద కవితా!"

"చూశారా! ఈనాడు తెలిసి వచ్చిందా! మీ కొడుకుకు మీరంటే యెంత గౌరవమో" వెటకారం చేసింది మీనాక్షి. ఆనంద్ ఆగాడు.

"మా నాన్నగారి ఆస్తి కరిగించావు! మనసులో ఏ మూలో ఉండే ఆ జాలి కరిగిస్తే గాని మీకు తృప్తిలేదా! వస్తాను నాన్నా! నేను చేసేది పొరపాటు కాదని తెలుసు."

"నువ్వు అనుకోగానే సరా! రేపు నీ ముఖానే అందరూ నవ్వుతుంటే గాని బుద్ధి రాదు..."

"వద్దండి! నా గురించి మీరు విడిపోవటం ఇష్టంలేదు. నా బ్రతుకు నేను బ్రతుకగలను..." కవిత రంగనాథరావుకు నమస్కరించింది.

"కవితా! యెవరిని ప్రాధేయపడవలసిన పనిలేదు. ప్రతి వ్యక్తికి తను ఆడుకునే, పాడుకునే హక్కు ఉన్నది. దాని గురించి యెవరూ ఆక్షేపించనవసరం లేదు. పద వెడదాం."

కవిత భుజం పట్టి తీసుకుని వెను తిరిగాడు.

"ఆనంద్! నా మాట వినండి..."

"ఈ ఒక్కమాట విను. ఈసారి నీమాటే వింటాను పద." ఇద్దరూ గుమ్మం వరకు వెళ్ళారు.

"ఆనంద్! కొడుకుగా నీ బాధ్యత మరిచిపోయినా, కన్నందుకు నా బంధం వదిలించుకునేది కాదు. ఆ అమ్మాయిని వదిలి ఏనాడు వచ్చినా నీకీ ఇంట్లో ఆశ్రయం దొరుకుతుంది!" రంగనాథరావు హెచ్చరించాడు.

ఆనంద్ తిరిగి చూచాడు కాని జవాబు చెప్పలేదు.

"పిలవండి, పినతల్లి వెళ్ళగొట్టిందన్న పేరు నాకెందుకు?" మీనాక్షి అన్నది.

"పిలవాల్సిన పనిలేదే! హాయిగా కారుమీద తిరుగుతూ కాలుమీద కాలు వేసుకు బ్రతికినవాడు, కాలినడకన తిరిగిన నాడు ప్రేమ యెగిరిపోతుంది. పెళ్ళాం ఏవగించుకుంటుంది. అప్పుడు ఇల్లు గుర్తుకు వస్తుంది."

ఆనంద్ మాట్లాడక గుమ్మం దాటాడు. రాజమ్మ ఏడుస్తూ పరుగున వచ్చింది.

"ఆనంద్ బాబూ! అన్నం తిని వెళ్ళు బాబూ...."

"ఇప్పుడు పార్టీ నుండి వస్తున్నాం రాజమ్మా. తప్పక తింటాను. నీమీదేం కోపం నాకు?"

రాజమ్మ, పీరయ్య అసహాయంగా చూచారు. ఆనంద్ గేటుదాటి, ఆటోరిక్షాను కేకవేశాడు. ఆటో వాడికి కృష్ణ అడ్రసు చెప్పాడు. ఆటో వెళ్ళి కృష్ణ ఇంటిముందాగింది. తలుపు తట్టాక కృష్ణ వచ్చాడు.

"అరే! ఇంత రాత్రిపూట...? కచ్చేరి చేశారా?"

"అంత కంగారు దేనికిరా! మేము ఇల్లు విడిచి వచ్చాము. కవితను ఇంట్లో వంటరిగా వదిలి ముహూర్తం వరకు నిశ్చింతగా ఉండలేం."

"మరిప్పుడేం చేద్దాం?"

"యెక్కడయినా దండలు మార్చుకుని అయినా వివాహం కావాలి. రిజిష్టరు ఆఫీసులో రేపు అవుతుంది మా వివాహం."

"అయితే ఈ రాత్రి ఇక్కడ ఉండండి" అన్నాడు. అతను వెళ్ళి భార్యను లేపాడు. విషయమంతా వివరంగా చెప్పాడు. ఆమె కవితను లోపలికి తీసుకు వెళ్ళింది. ఆనంద్, కృష్ణ మాట్లాడుతూ ముందు హాల్లో కూర్చున్నారు.

12

ఇంటావిడ వెనుక గది కూడా ఖాళీచేసి ఇచ్చింది. దాంట్లో వంట సామాన్లు సర్దుతూ కప్పు వంక దిగులుగా చూచింది కవిత.

"ఏమిటి కవీ?" ఆనంద్ సరుకులు తీసుకుని వచ్చాడు.

"ఈ గది కప్పు యెప్పుడు కూలుతుందోనని భయంగా ఉందండీ..." అన్నది.

"బావుంది నీ అనుమానం. పాతసామాన్లు పెట్టి అలా ఉంది. వాడితే నాల్గు రోజుల్లో వాసయోగ్యమవుతుంది."

"ఏమో బాబూ! ఈపాటిదానికి ముప్పై రూపాయలు పెంచింది" అన్నది.

"మనసు కలిసిన మనిషి. కష్ట సుఖానికి ఉంటుంది. మనకు ముందు గది చాలు." అన్నాడు.

"పదండి భోజనం చేద్దురుగాని..."

అతను కాళ్ళు కడుక్కుని వచ్చాడు. పీటకు బదులు చిన్న బల్ల ఉంది. అక్కడ అన్నీ పెట్టి ఉన్నాయి.

"ఇదేమిటి?"

"మీరు బల్లమీద భోజనం చేస్తారు. రెండు రోజులుగా మీ అవస్థ గమనించాను" అన్నది. అతనికి వడ్డించింది.

"నీకేదీ?"

"నేను తరువాత తింటాను."

"ఊహుం! ఆమె జడ పట్టి లాగాడు. వచ్చి అతని వడిలో పడింది.

"మన జీవితమే ఓ యుగళగీతి కావాలి డియర్. ఏ పని ఒంటరిగా చేసినా అసంపూర్ణంగా ఉంటుంది."

"ఊఁ... " అన్నది అరమోడ్పు కన్నులతో చూస్తూ.

ఇద్దరూ భోజనం ముగించారు. అతను కాలేజీకి తయారవుతున్నాడు. కాస్త ఇబ్బందిగానే ఉంది. ఒంటిమీద గుడ్డలు కాక, 'యువజ్యోతి' వాళ్ళు ఒక జత బహూకరించారు. అది బయటపడితే కవిత బాధపడుతుందని, మైలగా ఉన్న గుడ్డలే వేసుకున్నాడు, మరో జత ఉతికి, ఆరవేసింది.

"మీ బట్టలు మాసిపోయాయి."

"ఈ రోజు ఒక్క రోజేగా!"

"ఆనంద్ బాబూ!" సూట్‌కేసు మోసుకుని పీరయ్య వచ్చాడు.

"నాన్న యెలా ఉన్నాడు పీరయ్యా?"

"ఆయనకేమయ్యా బాగానే ఉన్నారు. అమ్మగారి అన్నకు జబ్బుట. ఊరు వెళ్ళారు." అన్నాడు పెట్టె క్రిందపెట్టి.

"ఇవేమిటిరా!"

"మీ బట్టలయ్యా. అమ్మగారు చూస్తే పాత్రలవాళ్ళకు వేస్తుంది!" అన్నాడు. వాటిని చూస్తుంటే తనిల్లు, తనవారిని చూచినట్టే వుంది.

వివాహము కాగానే నమస్కరించాలని వెడితే తండ్రి కాస్త మెత్తబడ్డాడు. 'గెటవుట్' అంటాడనుకున్నాడు కాని, అదే పాత పాట వల్లించాడు.

"అడ్డాలనాడు బిడ్డలు గాని గడ్డాలనాడు బిడ్డలా..."

"నాన్నా! గీత అక్కకావటమే కవిత తప్పా? కేబరే డాన్సర్లంతా వ్యభిచారులని యెందుకు అనుకుంటావు! అదో కళ."

"ఊం....." ఇంట్లోకి వెళ్ళు అనేవాడే.

"నువ్వు సమర్థించేదంతా కళే నాయనా! రేపాయన బజారున పడుతుంటే మొన్న సూర్యారావు ఉమ్మేసినట్టు, జనం ముఖాన ఉమ్మేస్తే గాని తెలిసిరాదు."

అడుగున పడిపోయిన అవమానము నేనున్నానంటూ బుసలు కొట్టింది రంగనాథరావు హృదయములో.

"ఛీ...ఛీ... మళ్ళీ యెందుకొచ్చావు! వెళ్ళిపో..." అతను లేచి గదిలోకి వెళ్ళిపోయాడు.

"పిన్నీ! నీవు మెత్తని కత్తివి! ఒక్కసారి ... ఒక్కసారి నీ క్లబ్బు స్నేహితురాండ్ర గురించి ఆలోచించు. పెద్దింటివారమని, గొప్పవారమని సంతోషిస్తారు. వాళ్ళంతా వ్యభిచారుల కన్నా హీనమైనవారు..."

"షటప్...."

"పదండి..." భయంగా ఆనంద్ చేయి పట్టుకుంది కవిత. ఇద్దరూ వెనుతిరిగి వచ్చారు! ఆనంద్ చిన్ననాటినుండి, తనకు జరిగిన అన్యాయం, పిన్నికి జరిగిన ఆడంబరం తల్చుకుంటే ఆ ఇంటిమీద, తండ్రిమీద కోపం వచ్చింది.

ఆనాడు తరువాత పీరయ్యను మొదటిసారిగా చూస్తున్నాడు.

అతనికి కాఫీ కలిపి ఇచ్చింది కవిత.

"రాజమ్మ ఇక్కడికి రావాల్నేమో అడగమందయ్యా!"

"వద్దు పీర్! అక్కడ ఆయనను చూసుకోవాలి. మీ రిద్దరూ లేకపోతే పిన్ని చూస్తుందా?"

"పెద్దయ్యకోసమే ఉండాలి మరి..." ఇంటి కబుర్లు చేరవేసి వెళ్ళిపోయాడు.

కవిత ఇస్త్రీ బట్టలు తీసి ఇచ్చింది. అతను బట్టలు వేసుకుని తయారయి బయటికి వెడుతూ, ఏదో పని ఉన్నట్టు వచ్చి కవితను దగ్గరగా తీసుకుని నుదురు, పెదవులు గాఢంగా చుంబించాడు.

"అయ్యో! తలుపుతీసి ఉంది. ఇంటివారి పిన్ని చూస్తే!"

"ఇన్‌స్పిరేషన్ పొందుతుంది. ఇది నా జన్మహక్కోయ్..."

"స్నేహితులతో హస్కుకొడితే, అక్కడ ఆలస్యం చేస్తే అలిగి కూర్చోవటం నా జన్మహక్కు!" అన్నది.

"నలుగురు కలసినప్పుడు మాట్లాడక పరుగెత్తుకు వస్తే పెళ్ళానికి భయపడుతున్నాడురోయ్! అంటారందరూ."

"అనుకోని...."

"అంత ధైర్యం ఉంటే వచ్చేస్తాను!" అతను వెళ్ళిపోయాడు. ఇల్లంతా సర్ది కూర్చుంది. శేషు గుర్తుకు వచ్చాడు.

ఆస్టిమలైటిస్‌తో తీసుకున్నాడు. తనే సరియైన వైద్యం చేయించలేక పోయింది. అది సెప్టిసీమాలోకి దింపింది. ప్రాణం తీసింది.

"అక్కా!"

తలెత్తి చూచింది. గీత నిలబడి ఉంది.

"రా గీతా..." నిర్వికారంగా పిలిచింది.

"క్షమించక్కా! నా పిలుపువల్ల నీ జీవితం అల్లకల్లోలమవుతుందని అనుకోలేదు. నువ్వు పాడటానికి వచ్చావనే పిలిచాను." గీత కన్నీటితో అర్థించింది.

"యెన్నాళ్ళని దాస్తాము! జరగవలసింది జరిగి పోయింది."

"ఆనంద్ గారుంటే అతనికి నమస్కరించి పోదాం అనుకున్నాను! రేపు సాయంత్రం వెళ్ళిపోతున్నానే."

"యెక్కడికి గీతా?"

"బొంబాయి వెడుతున్నాను. ఇక్కడ ఉంటే ఏదో ఓ సందర్భంలో తటస్థ పడతాను! అది నీ జీవితానికి మచ్చ అవుతుంది..."

"గీతా!" చెల్లెలి చేయి పట్టుకుంది. మాటలు గొంతుకు అడ్డం పడ్డట్టు అయ్యాయి.

"నాకు నువ్వు, నీకు నేను మిగిలాము. నిన్ను తిట్టిందయినా ఈ సమాజం కోసం చెల్లీ. చెడిపోయిన ఆడవాళ్ళు మనం పవిత్రంగా ఉన్నామన్నా నమ్మరే..."

"నమ్ముతారక్కా... నమ్ముతారు! యెప్పుడో తెలుసా? మన దగ్గర డబ్బుంటే నమ్ముతారు. ఆ డబ్బు సంపాదిస్తాను. అక్కా! నా మనసు మారితే, నేను యెవరినయినా కావాలనుకుంటే నీకు చెప్పే..."

"గీతా..." బాధగా చూచింది.

"అవునక్కా! విలువలు, సాంప్రదాయాలు డబ్బుతో మారుతుంటాయి."

చెల్లెలికి అన్నం వండిపెట్టింది. గీత వద్దని అనలేదు. వారానికో వుత్తరం వ్రాస్తానని వెళ్ళిపోయింది. వెడుతూ మళ్ళీ అడిగింది.

"అక్కా! ఆనంద్‌గారి తండ్రితో ఒకసారి మాట్లాడనా!"

"వద్దు గీతా! అదింకా తలనొప్పిని కలిగిస్తుంది. ఇలాంటి సమస్యలు కాలమే పరిష్కరించాలి."

"అక్కా... జాగ్రత్త..." వెళ్ళిపోయింది గీత. అలాగే నిల్చుంది కవిత.

"కవితా! ఒక్కసారి ఇలా వస్తావా?" కమలమ్మ పిలిచింది.

"ఏమిటి పిన్నీ?" ఆవిడ వాటాలోకి వెళ్ళింది.

"ఇదుగో ఈవిడ మా చిన్నాడబడుచు, ఉద్యోగం చేస్తుంది. ఈ ఊరు వచ్చింది ట్రాన్స్ఫరయి. అప్పుడప్పుడు కనిపించు!"

"అలాగే పిన్నీ! నమస్తే..."

"నమస్తే! ఆవిడను పిన్నీ అంటున్నావు! ఆవిడ ఆడబడుచును నన్ను అత్తా అంటావా?"

"అబ్బే అంత త్వరగా వరసా? స్నేహం కలువనీయండి. అమ్మ, నాన్న లేని మమ్మల్ని ఆదుకున్నారు కాబట్టి ఆప్యాయతతో పిన్నీ అంటాను, అంతే."

"అదే...నేను చాలా చిన్నదాన్ని. అత్తా, అక్కా అంటే యెలాగో ఉంటుంది."

"ఏ డిపార్టుమెంట్?"

"ఎడ్యుకేషన్ డిపార్టుమెంటండీ! నాకున్న సర్వీస్ యెవడికుంది. ఈపాటికి జాయింట్ సెక్రటరీని కావలసిన మాట..."

"పాపం?"

"పాపమని మెల్లగా అంటావేం? దరిద్రపు ముండా కొడుకులు! సీనియారిటి, అర్హత ఏదీ చూడరు. నా సర్వీసుకున్నంత వయసులేని ముండా కొడుకులంతా గొప్ప పదవులలో ఉన్నారు."

కవిత నవ్వు ఆపుకోటానికని, దగ్గు సాకు చేసుకుని బయటికి వచ్చింది. చిన్నగా కనిపించాలని జడ వేసుకున్నా, ముఖంలో ముడతలు, చంపల దగ్గర నెరిసిన వెంట్రుకలు ఆమె వయసును దాచలేకపోతున్నాయి.

యువజ్యోతి సాంస్కృతిక సంఘం ప్రెసిడెంటు గోపాలరావు వచ్చాడు.

"నమస్తే రండి... రండి..."

"చూడమ్మా! కవితా! నాకాట్టే సమయం లేదు. మా అబ్బాయి రెడ్డిపల్లెలో అప్పాయింట్ అయ్యాడు. అక్కడ కల్చరల్ ఆర్గనైజేషన్ పెట్టాడు. మొదటి కార్యక్రమము మీ పాటలతో పెట్టాలని ఉంది. కవిత అండ్ పార్టీ పాట కచ్చేరి అంటాను.... మ్యూజికల్ నైట్ అంటాము."

"నిజమే. నేనంటే ఇంట్లో ఉండేదాన్ని. ఆయనేమంటారో!"

"ఆయన అంగీకరించారు. మా అబ్బాయి పెద్దయెత్తున చేస్తున్నాడు. పి.ఎస్.బాబు, సినీతార చంద్ర, మాటిని అయిడల్ మహేందర్ వస్తున్నారు."

"సరే, అలాగే కానివ్వండి" అన్నది.

"శనివారం నాలుగుగంటలకు అందరమూ ఓ పది కార్లలో టూరిస్టు నుండి బయలుదేరి, అయిదువరకు చేరుకుంటాం" అన్నాడు.

"మంచిది."

"మీరు ఎలైట్ కావాలని మావాడి ఆకాంక్ష. తొమ్మిది వాద్యాలు పెడుతున్నాడు.

"థ్యాంక్స్."

అతను వెళ్ళిపోయాడు. సాయంత్రం వరకు బోరుగా గడిపింది. ఆమె మల్లెలు కోసి మాల కడుతుంది. ఆనంద్ వచ్చి అలసటగా చాపమీద పడుకున్నాడు. ఆమె తొడపై తలపెట్టాడు.

"కాఫీ?"

"నేనేం సత్యసాయిబాబా ననుకున్నారా! కూర్చున్న దగ్గర వస్తువులు సాధించటానికి?"

"నా సగభాగానివి..." అన్నాడు. దూరంగా మంచం మీదున్న దిండు చేయి చాపి అందుకుని, అతని తల క్రిందపెట్టింది. లేచి కాఫీ తెచ్చింది.

"గోపాలరావు వచ్చారు..."

"ఆఁ... మనకు ఛేంజ్‌గా కూడా ఉంటుంది. థ్రిల్లింగ్‌గా ఉంటుంది."

"ఈసారి నీపాట నీనోట పలకాలి సిలకా! పాడుదాం."

"నా మాట నీ నోట అనరాదు డియర్!" కాఫీ సిప్ చేస్తూ నవ్వాడు. అతని దగ్గర కూర్చుంది సంకోచిస్తూ.

"ఏమయినా చెప్పాలా కవీ?"

"ఊఁ.... " తలాడించింది.

"సంకోచం దేనికి?"

"గీత వచ్చింది" విషయమంతా చెప్పింది.

"సారీ డియర్! రేపు మనం వెళ్ళి కలుద్దాం."

"థాంక్యూ..." అన్నది అతని చేతిని గిల్లుతూ.

"మైగాడ్! థాంక్సు ఇలా చెబితే బాగుపడ్డట్టే!" అన్నాడు చెయ్యి రాసుకుంటూ.

"నాకు చాలా ఆనందంగా ఉందండి! గీతను క్షమిస్తారనుకోలేదు!"

"తనేం తప్పు చేసింది?"

"లోకం దృష్టిలో..."

"హల్లో!" ఇద్దరూ ఉలిక్కిపడి దూరం జరిగి కూర్చున్నారు. ఇంటావిడ ఆడబడుచు.

"మీరు మిస్టర్ ఆనంద్ అనుకుంటాను. నా పేరు శాంభవి. ఇందాక మీ ఆవిడతో మాట్లాడాను! ఒట్టిబోర్. మీరు మగవారు రాజకీయాలు మాట్లాడగలరు."

"ఓ...ఐసీ...రండి" కుర్చీ చూపాడు ఆనంద్.

"నేను ఎడ్యుకేషన్ డిపార్టుమెంటులో యు.డి.సి.ని. బోడి ముండాకొడుకులు ప్రమోషన్ ఇవ్వలేదు."

"అలాగా?"

"అంతేకాదు, ఉన్నతాభిరుచులు గలదాన్ని, మగాడిలాగే నిర్భయంగా బ్రతికాను."

"గుడ్!"

"అందుకే మీతో స్నేహం చేయాలని వచ్చాను. ఆడవాళ్ళు ఏం మాట్లాడుతారు? గోంగూర, వంకాయంటూ."

"నిజమే..."

"మీకు రుద్రాభట్ల పొన్నయ్యగారు తెలుసా?"

"తెలియదండీ."

"గాంధీగారి శిష్యుడు. చాలా మంచివాడు, నేనంటే పడిచచ్చేవాడు."

"అలాగా చచ్చిపోయాడా!" అని అడుగబోయి, నాలుక కొరుక్కున్నాడు.

"అలా షికారుకు వెళ్దామా?"

"పొన్నయ్యగారు ఏమయ్యారు?"

"నేను వద్దంటే కొన్నాళ్ళు దేవదాసులా తిరిగాడు. ఆ తరువాత దేశాలు పట్టాడు. షికారు..."

"సారీ! ఓ స్నేహితుడు వస్తానన్నాడు."

"అయితే రేపు వెడదాం" ఆమె వెళ్ళిపోయింది.

"అమ్మయ్య–" ఆనంద్ కవితను దగ్గరకు లాక్కున్నాడు.

"పానకంలో పుడక..." ఆమె పెదవులు అందుకోబోయాడు.

"ఆనంద్!" కేక వినిపించగానే కవితను వదిలాడు.

"ఇంకెక్కడి ఆనందంరా నాయనా..."

"తథాస్తు దేవతలుంటారు." పెదవులు బిగబట్టి నవ్వింది కవిత. కృష్ణ వచ్చాడు.

"ఏమిట్రా?"

"ఏంలేదు. మనం రెడ్డిపల్లె ప్రోగ్రామిస్తామని కరపత్రం తీసింది.

"మరో లతామంగేష్కర్ - ఆమె జీవన సహచరుడు ఆనంద్.... కాదు, కాదు, అభినవ కిశోర్ పార్టీ మ్యూజికల్ నైట్."

"ఓర్నీ! పోల్చుకోవటానికి కూడా తెలుగువారు పనికి రారా. యెంత దురదృష్టంరా!" ఆనంద్ కరపత్రం పడేశాడు!

'యెంత ధైర్యం !ఈ కరపత్రం చూస్తే లత పాడటం మానేస్తుంది. సంగీత సరస్వతి లత యెక్కడ? నేను ఎక్కడ? కవిత అన్నది.

"మరేం భయపడకు. ఇప్పుడే ఓ సాహిత్య సమావేశం నుండి వస్తున్నాను. హరిదాసు పుస్తకం ఆవిష్కరిస్తూ, మరో కాళిదాసు పుట్టాడు అన్నారు. ప్రాస కోసం ప్రాకులాటో, లేక ఇతను భట్రాజో తెలియదు."

"తామన్న మాటకు విలువ ఉండాలని ఆలోచించరా!"

"అది వాళ్ళ బ్రతుకులేవో బ్రతుకని! ఒక్క విషయంరా, అక్కడే కొద్ది దూరంలో మహిళా మండలి ఉంది. దాని వార్షికోత్సవమట. ఓ అయిదు నిమిషాల ముందు వెళ్దాం."

"ఒరేయ్! నేను రాజకీయ నాయకుడినా, సినిమాహీరోనా! నీ ముఖం చూచి గోపాలరావు కొడుక్కు అంగీకరించాను?"

"అదే నోటితో ఇది ఓ.కె. అనరా... కార్యకర్తలు వస్తే వారి బెడద భరించలేవు."

"సరే నీ ఇష్టం..." కవిత మరోసారి కాఫీ తెచ్చింది. కృష్ణ వెళ్ళిపోయాడు.

"ఇందాక ఏమో అన్నావు?"

"తథాస్తు దేవతలుంటారు అన్నాను. అది కాదండి అబద్ధాలు ఆడటం అక్రమ సంపాదన అందరికి పడవు. నాన్న గారు కూడా తప్పించుకుందామని ఏదయిన అబద్ధం ఆడితే అది నిజమయి కూర్చునేది."

"ఐసీ..." అతను టవల్ తీసుకుని స్నానం చేసి వస్తుంటే బాత్‌రూమ్ గుమ్మము అతని తలను ముద్దు పెట్టుకుంది.

"అబ్బా!"

"ఏది..." తలపై చేయితో రాసింది. అతను అలాగే ఆమెను హత్తుకున్నాడు.

"కవీ! నీ చేయి పడగానే నొప్పి మాయమే అయింది...." ఇద్దరూ అక్కడే చాలాసేపు తన్మయావస్థలో గడిపారు.

13

అయిదు గంటలకని, కార్యకర్తలు నాల్గున్నరకు టంచనుగా తీసుకు వెళ్ళారు.

"మంత్రిగారు వచ్చారా?"

"వస్తారు. మంత్రిగారు, సినీతార శ్రీచిత్ర, అంతా వస్తున్నారు. మావాళ్ళే మహిళామండలి ప్రెసిడెంటు..." ఒకతను వచ్చి నవ్వుతూ చెప్పాడు.

మహిళామండలి పెట్టింది షాహుకారు కొమరిశెట్టిగారింట్లోనట. ఆయన భార్య పేరంటానికి వెళ్ళిందట, ఏ క్షణంలో నయిన రావచ్చునట. వయసులో ఉన్న కుర్రవాళ్ళు తొంగి చూచి వెకిలి నవ్వులు విసిరిపోతున్నారు.

"ఏమిటిది ఆనంద్!" కవిత అడిగింది.

"నా ప్రమేయం లేదు డియర్ మహిళామండలి!" నవ్వాడు. మరో అరగంట గడిచినా యెవరూ రాలేదు.

"అక్కడ అంతా రెడీగా ఉంది, రండి –" రెడ్డిపల్లె కార్యకర్తలు వచ్చారు యెనిమిది గంటలకు. అంతవరకు కొమరిశెట్టిగారింట్లో, బయటి వరండాలో బిక్కుబిక్కు మంటూ కూర్చున్నారు ముగ్గురూ.

"మా యాడవాళ్ళు రాత్రిపూట కార్యక్రమంచెయ్యాలంటే సిగ్గుపడుతుంద్రు, నేను సెటరెటరీ భరతను" మరొకతను గర్వంగా చెప్పాడు.

"ఇంతకీ కార్యక్రమముందా లేదా?"

"లేదండీ. మంత్రిగారికి పని ఉందట. శ్రీ చిత్రకు సూటింగుట." సెక్రటరీ మగడు సెలవిచ్చాడు.

"ఆ మాట మొదటే చెప్పొద్దూ?"

విసుక్కుని లేచారు. ఆకలి, చలి పీడిస్తున్నాయి.

"ఇక్కడ భోజన వసతి ఉందా?"

"పాకలో ఉంది." అక్కడికి వెళ్ళి ఆ శుభ్రం చూచి వెనక్కు తిరిగి రెండు అరటిపళ్ళు కొనుక్కుని తిన్నారు. ఒక కప్పు టీ త్రాగారు. రెడ్డిపల్లెకు వెళ్ళారు. అక్కడి ఏర్పాట్లు చూచి అదిరిపోయారు. బెంచీలు అన్నీ కలిపి వేదిక చేశారు. దాని ముందు ముసలోళ్ళు, పిల్లలు కూర్చున్నారు. వెనుక స్త్రీలు కూర్చున్నారు.

"ఏయ్... ఏయ్... వాళ్ళొచ్చారు. అడ్డం జరగండి..."

గోపాలరావు కొడుకు అందరిని అదిలిస్తూ వీళ్ళను వేదిక దగ్గరకు తీసుకు వెళ్ళాడు.

"యెవరూ! రామారావా!"

"యహ్! నాగేశ్వరరావు..."

"ప్రక్కనున్నది రాజబాబు?"

"ఆమె యెవరు?"

జనంలో గుసగుసలు బయలుదేరాయి.

"ఇదిగో... మాటలు ఆపండి. పల్లెలో ఇలాంటి ఉత్సవం జరగటం ఇదే మొదటిసారి..." కార్యకర్త కంఠశోష.

"ఏందయ్యా! ఏమో మాలావంటున్నావు! బోనాల పండుగనాడు ఇంత కంటే బాగానే జరుగుతుంది." ఒకతను ఒంటి కాలిమీద లేచాడు.

"కృష్ణాష్టమినాడు ఉట్లు కొట్టాము. వినాయకుడిని నిలబెట్టాము. సినిమా టార్లేరి?" మరో ముతక ధోవతి లేచి అడిగింది కోపంగా.

"అయ్యా వాళ్ళకు షూటింగ్ ఉందట...."

"యహ్ అబద్దాల కోరు ముఠా. పదండి!" ఒకతను లేచాడు.

"వాలంటీర్స్ ప్లీజ్..."

వెంటనే ఎర్ర రిబ్బన్‌తో చేసిన పూలు యెదన పెట్టుకు తిరుగుతున్న వాలింటర్స్ పరుగు పరుగున వచ్చి, చేతిలో కర్రతో జనాన్ని కూర్చోమని బెదిరించారు. అసహాయంగా కూర్చున్నారు జనము.

"ఇప్పుడు మీ కలలపంట, పాటల జంట ఆనంద్, కవితలు పాడుతారు" అనౌన్స్ చేశారు.

"రండి మైకు ముందుకు. మహాజనులారా కూర్చోండి... కూర్చోండి..." అక్కడ అంతా రైతు కుటుంబాలే కనిపించాయి. వారి కళ్ళలో అలసట, నిదుర స్పష్టంగా కనిపిస్తున్నాయి.

వేదిక ఎక్కబోయిన కవిత కాలుజారింది. తూలి, అక్కడే నిలుచున్న ఆనంద్ భుజంమీదికి వంగింది. అతను చేయూతనిచ్చి క్రిందికి దింపాడు.

"చూడండి, ఆ మైకు ఇటు ఇవ్వండి. క్రింద నిలబడి పాడుతాము." ఆనంద్ అడిగాడు.

"అలాగే... మహాజనులారా... నా మాటలు వినండి..."

"పాట వింటాము" ఓ కంఠం.

"ఒరేయ్! నిన్న మా తమ్ముడు పదిహేను గోళీలు గెలుచుకున్నాడని కొడతావ్ బే?"

"వాడు తొందర చేశాడు..."

"ఒరేయ్ రంగనాయకులూ! పోదాం రారా..." ఓ స్త్రీ పిలుపు. తాము పాట మొదలుపెడితే గాని, వాళ్ళు మాటలు ఆపరని అర్థం అయిపోయింది.

"నీ పాట నా నోట పలకాల సిలకా!" మొదలు పెట్టారు.

"మనం పట్నం యెల్లినప్పుడు సూల్లేదురా! మూగమనసులు...గా పాట..."

"యహ! దేవునిమీద పాడండి" పాటదారి పాటదే, జనం నోటిదారి నోటిదే.

గోపాలరావు కొడుకు మాత్రం లాఠీదెబ్బలతో జనాన్ని అదుపులో పెట్టే ప్రయత్నం చేస్తున్నాడు.

"దెబ్బలు కొట్టి పాటలు వినిపించటం దారుణం..." ఆనంద్ పాట ఆపాడు. అప్పటికే పావుతక్కువ పదకొండు అయింది. లాఠీలు, కర్రలను ఖాతరు చెయ్యక జనం మెల్లగా లేచి వెళ్ళిపోసాగారు.

చండిక కొట్టుకుపోతుంటే ఉద్దాలకుడు "నదీ నామం సాగరోగతి!" అన్నట్టు, ఈనాడు మన 'భవాని కల్చరల్ అసోసియేషన్ ప్రారంభించాం!" అంటూ గోపాలరావుగారబ్బాయి చెప్పాడు. గందరగోళం తగ్గాక, ఓ పాత ఫియట్ కారు, కార్యకర్తలు మిగిలారు.

"బయలుదేరుదామా?" ఆనంద్ అడిగాడు.

"ఒక్క నిమిషంలో వస్తాను" కార్యదర్శి వెళ్ళిపోయాడు.

"నాల్గు దులిపి వెయ్యవేంరా?" కృష్ణ అడిగాడు.

"జరగవల్సింది జరిగిపోయింది. ఇప్పుడు దులిపే, నలిపి వేసిన మన నోటి దురద వదులుతుంది" అన్నాడు.

"చచ్చు ఆర్గనైజర్స్! పుచ్చు ప్రణాళికలు, పది కార్లు, తొమ్మిది వాయిద్యాలు, ఎనిమిది మంది గెస్టులు!" అన్నాడు.

"కృష్ణా! అతడిని వెళ్ళి పట్టుకురా! త్వరగా వెడితే వాయిద్యాలు వచ్చినట్టే లెక్క" ఆనంద్ విసుక్కున్నాడు.

అరగంట చలిలో నిలబడ్డాక, వచ్చాడు ఆర్గనైజర్. అందరూ కలసి బయలుదేరారు! ఊరు దాటగానే, డ్రైవర్‌కు కొంత డబ్బిచ్చి దిగిపోయాడు ఆర్గనైజర్. కారు ముందుకు సాగింది.

"ఏమిటయ్యా ఈ కుదుపులు?"

"టైర్ కాస్త పాతది.... " అంటుండగానే ముందుకు వెళ్ళి ఆగిపోయింది కారు.

"ఏమయింది?"

"టైర్ పంక్చర్ అయింది సార్." అతను దిగి అసహాయంగా చూచాడు.

"స్పేర్ వీల్ తీసి మార్చవయ్యా! దిగు కవితా."

అందరూ దిగారు. అతను డిక్కీలో నుండి వీల్ తీశాడు. ఏడ్పు ముఖం వేశాడు.

"ఏమిటి?"

"నిన్న పంక్చరు బాగుచేయించలేదు."

"ఇప్పుడెలా?" అందరూ దిగాలుపడి చూచారు.

"ఏం డ్రైవర్ వయ్యా? స్పేర్ టైర్ లేనిదే ఎలా బయలుదేరావు? అసలు నీ ఉద్దేశం ఏమిటి?"

"పంక్చరవుతుందని అనుకున్నానా?"

పది నిమిషాలకు అటో, కారు వస్తే ఆపాలని చూచారు. వీరిని చూచి స్పీడ్ హెచ్చించాడు అతను.

ప్రకృతి చీకటి ముసుగు కప్పుకున్నట్టుంది. భయంగా ఆనంద్ చేయి పట్టుకుంది కవిత. ఒక బండి అతను వెడుతుంటే ముందు ఏదయినా ఊరుందా? వుంటే, పెట్రోలు పంపు లాంటిది వుందా అని అడిగాడు.

"గసుంటో ఆరుమైలుబోతే బీబీనగరముంది." అన్నాడు.

"కారు ప్రక్కకునెట్టి, మేం వెళ్ళి వస్తాం. లోపల లాక్ చేసుకొని మీరు కూర్చోండి" డ్రైవర్, కృష్ణ అన్నాడు.

చేసేదిలేక అంగీకరించాడు. అందరూ కలసి కారు ప్రక్కకు నెట్టారు. వాళ్ళు వెళ్ళిపోయారు. చుట్టూ చీకటి తప్ప మరేం కనిపించలేదు. గాలికోసం చిన్న సందు వుంచేసి కిటికీలు, తలుపులు మూసివేశారు.

"నేను ఫ్రంట్‌లో పడుకుంటాను. నువ్వు వెనుక సర్దుకుని పడుకో..." ఆనంద్ చెప్పాడు.

"అమ్మో! నాకు నిదురలేక పోయినా సరే మీకు ఒక్క అంగుళం దూరం వుండలేను" అన్నది.

వెనుక సీటులో అతను సీటుకు వొరిగి కూర్చున్నాడు. అతని ఒడిలో తలపెట్టి ముడుచుకుని పడుకుంది.

"లైటు తీసివేయండి."

"ఏయ్ ఇటు చూడు..." ముందుకు వంగాడు ఆనంద్.

"రోడ్డు ఇది..."

"తెలుసులేవోయ్! నిర్మానుష్యమయిన దారి, అదికాక, నేను యెప్పుడూ హనీమూన్ గురించి ఆలోచిస్తూ ఇలాంటి ఘట్టాలు ఊహించేవాడిని."

"పనిలేకపోతే సరి."

"థ్రిల్లింగా లేదూ?" ఆమె నుదురు చుంబించాడు. లైటు తీసివేశాక అతనికి మరింత దగ్గరగా జరిగింది.

"అవును ఆనంద్... ఇలా నీ వెంట యెక్కడికి వెళ్ళినా థ్రిల్లింగ్‌గా ఉంటుంది" అన్నది. ఇద్దరూ నిదురబోయారు.

కారు బోనెట్ మీద బాదిన చప్పుడయితే చటుక్కున లేవబోయాడు ఆనంద్. అతడిని లతలా అల్లుకుపోయింది.

"వద్దండీ..."

"మనవారేమో చూద్దాం. ఇక దొంగలే అయితే కిటికీ అద్దాలు పగలగొట్టి లోపలికి వస్తారు. ఉండు..."

ఆమె బంధం విడిపించుకుని, అద్దం క్రిందికి చేశాడు.

ఇద్దరు వ్యక్తులు వచ్చారు.

"యెవర్దీ కారు?"

"మాదే! టైర్ పంక్చరయితే ప్రక్క ఊరికి వెళ్ళారు మా స్నేహితులు!" అన్నాడు.

"ఆమె యెవరు?"

"నా భార్య! మిమ్మల్ని చూచి దుండగీయులనుకుని భయపడుతుంది."

"ఓ! మేము లారీలో వస్తుంటే చిన్న యాక్సిడెంట్ అయింది. అక్కడుండి అడ్డమైన ప్రశ్నలకు జవాబు లెవరిస్తారని - వచ్చేశాము. లిఫ్ట దొరుకుతుందేమోనని..."

"మరి చాలా దెబ్బలు తాకాయా?"

"లేదు. కాస్త జర్క్, అంతే..." అన్నాడు.

"కారు బాగయితే అందరం కలిసే వెడదాం.." లైటు ఆర్పాడు. వాళ్ళు బయట ఉన్నారు. యెలాంటి వారో తెలియదు. కవిత భుజాలుపట్టి దగ్గరకు తీసుకుని ఓదార్చాడు.

"అంతలా భయపడిపోతావేం? నేను లేనూ?"

"ఊс..." అన్నది. తనలోని భావాలు యెలా చెప్పగలదు? అరగంట తరువాత కృష్ణ, డ్రైవర్ వచ్చారు. టైర్లు కుట్టేవాడి బంధువులు యెవరో పోయారట, ఆ మర్నాడు గాని రారని తెలిసింది.

"రేపటివరకు ఆగి, ఏదయినా బస్సు పట్టుకోవాలి." అందరూ నిరాశగా కూర్చున్నారు. ఓ లారీ వెడుతుంటే ఆపాడు డ్రైవరు.

"వీళ్ళని కాస్త సిటీలో వదిలివేయకూడదా?"

"ముందు యెందరున్నారో చూడండి. పైన సంచుల మీద కూర్చుంటే, రావచ్చు."

"అరగంట కళ్ళు మూసుకుంటే వెళ్ళిపోతాం పద."

పైకి యెక్కారు. లారీ కదిలాక గాని అసలు అవస్థ తెలిసి రాలేదు. బంతిలా భర్తవేపు, కృష్ణవేపు దొర్లుతుంది కవిత.

"మీరు తాళ్ళుపట్టుకుని బోర్లా పడుకోండి. ..." అందరూ పడుకున్నాక కుదుపులు తగ్గాయి. ప్రాణాలు బిగబట్టుకుని ఇల్లు చేరారు.

"ఈ ప్రయాణం వల్ల ఏం నేర్చుకున్నావు!"

"మీరు ప్రక్కనుంటే యెడారి కూడా నందనవనం అవుతుందని!"

"ఓ...యా!... నేను మాత్రం కార్యకర్తల మాటలు నమ్మి ఇలాంటి ఊరులో ప్రోగ్రామ్ ఇవ్వను. ఇచ్చినా అర్ధరాత్రి బయలుదేరను." అన్నాడు హుషారుగా.

"ఒట్టేనా!"

"నీ గులాబి పెదవుల మీద ఒట్టు. గోపాలరావుగారబ్బాయి ఏదో ఇచ్చాడు ఉత్తరం." నలిగిపోయిన కాగితం తీశాడు. దాంట్లో నుండి నూట పదహార్లు బయటపడ్డాయి. కాగితం సాఫీగా చేసి చదివాడు.

"ఇద్దరికి కలిసి అయిదు నూటపదహార్లు ఇవ్వాలనుకున్నాను. ఈ ఊళ్ళో సాధ్యపడదని తెలిసింది. అన్యథా భావించరు కదూ?"

"నీతో ఏమయిన డబ్బిస్తామని చెప్పారా కవీ?"

"యెప్పుడు పిలుచుకుపోయినా, వారి శక్తి అనుసారం ఇచ్చేవారు."

"కళను వ్యాపారంగా మారుస్తున్నావన్నమాట."

"తప్పనిసరి పరిస్థితులలో అంతకంటే మార్గం లేదండీ. మూడు రోజులు ఉపవాసముంటే, కళారాధన గట్టెక్కి, ఆకలి ముందుకు వస్తుంది."

"కబుర్లు నేర్చావ్..." ఆమె బుగ్గమీద చిటికెవేశాడు.

"ఈ నూటపదహార్లు మాత్రం కృష్ణవస్తే తిప్పిపంపించు." అన్నాడు.

"అలాగే...." అన్నది. నీళ్ళ పొయ్యిక్రింద మంటచేస్తూ.

"ఇన్‌స్టాల్‌మెంటుపై బాయిలర్ కొందామా?"

"ఇప్పుడే వద్దండీ. అత్యవసరంగా కొనాల్సినవి ఉన్నాయి."

"ఏమిటబ్బా?"

"మీకో బల్ల, నాలుగు కుర్చీలు, కర్టెన్స్...."

"చీరలంటావేమో అనుకున్నాను."

"అవున్లెండి! మీకు అంతకంటే మంచి ఆలోచన యెలా వస్తుంది!" ఆమె మూతి ముడిచింది.

ఆమెను ప్రసన్నురాలని చేసుకుందామని లేచాడు.

"యెక్కడికో వెళ్ళినట్టున్నారు?" శాంభవి వచ్చింది. చెప్పాడు ఆనంద్,

"పల్లెలు ఐ లైక్, పల్లెటూరి పద్ధతులు ఐ హేట్. అవునూ, మీ భార్య గాలిపాటలే పాడుతుందట..."

"అవును..."

"బోడి సంగీతం యెవడికి కావాలి. నా చిన్నప్పుడు ప్రయిజులొచ్చాయి."

"కంగ్రాచ్యులేషన్స్!"

"మా ఆఫీసరు నావెంట పడుతున్నాడు. నా కళ్ళను వర్ణిస్తాడు, నా పళ్ళను మెచ్చుకుంటాడు. ఈ లవ్వు, గివ్వు అంటే పరమబోర్. వివాహ వ్యవస్థే నీచమయింది."

"సాయంత్రం సావకాశంగా మాట్లాడుకుందాం. నేను కాలేజికి వెళ్ళాలి."

"ఈ రోజు ఆదివారం..."

"స్పెషల్ క్లాసులున్నాయి."

"మా వదిన ఒట్టి పిసినిగొట్టు. ఈ ప్రక్కగది ఇవ్వకూడదూ? మీకు ప్రయివసీ అనేది లేదు."

"మేం అద్దె భరించవద్దూ! కవీ, నీళ్ళు తోడావా..." లేచి బయటికి తొంగిచూచాడు.

శాంభవి లేవక తప్పలేదు. ఆమె వెళ్ళిపోయాక తలుపులు వేసివచ్చాడు.

"ఇప్పుడు వంటచేయటం దేనికి? స్నానం చేసి హోటలులో భోజనం చేద్దాం..."

తలుపు బాదారు యెవరో, విసుగుగా తలుపు తీశాడు. పీరయ్య ఉన్నాడు. చేతిలో టిఫిన్ క్యారియర్ ఉంది.

"శశమ్మ గర్భవతట! పురుటికి తెచ్చింది అమ్మగారు. వాళ్ళాయన పబ్లిక్ గార్డన్ చూస్తారట, పులిహోర, గారెలు పాయసం చేసుకుని వెళ్ళారు."

"ఇది యెవరు తెమ్మన్నారు?"

"నాకు తెలియదయ్యా రాజమ్మ పంపింది!" అన్నాడు.

"పెంచిన ప్రేమ" అనుకున్నాడు. టిఫిన్‌తీసి, గారె తీసుకువెళ్ళి కవిత నోటికి అందించాడు.

"ఏమిటి?"

"మా రాజమ్మ గారె తింటే!"

"ఊఁ, తింటే స్వర్గానికి మూడు అంగుళాల దూరంలో ఉంటాం, అవునా!" నవ్వుతూ తను కాస్త కొరుక్కుని, మిగతాది అతని నోటి కందించింది. పీరయ్య రావటం చూచి ఏం ఎరగనట్టు పొయ్యివేపు తిరిగింది.

14

శశి కూతురికి అయిదోమాసం వచ్చాక, సారె చీర ఇచ్చి పంపింది మీనాక్షి! రంగనాథరావుకు దిగులుగా ఉంది. యెప్పటికప్పుడు అప్పు తీర్చాలంటే ఏదో అడ్డంకు. మీనాక్షిని ఆజ్ఞాపించలేడు. ఊరులో బంగారం లాంటి పొలం అమ్మి సూర్యారావు అప్పు తీర్చాడు. ఈలోగా మార్వాడి దగ్గర కొత్త అప్పు చేసింది మీనాక్షి.

"మనకుంటే పెట్టుకోవాలి మీనా! అప్పులు చేయటం నాకు నచ్చలేదు. మనకెవరు బ్రతుకలేక."

"మనం బ్రతకలేనప్పుడు మనవాళ్ళంటూ చేయూతనిస్తారని పెట్టుకుంటు న్నాను" కరుకుగా జవాబు చెప్పింది.

"అయ్యా కాఫీ..." రాజమ్మ కాఫీ తెచ్చింది. సాధారణంగా పీరయ్యే తెస్తాడు. రాజమ్మ తెచ్చిందంటే ఏదో విశేష ముంటుందని తెలుసు.

"ఏమయినా డబ్బు కావాలా?"

"కాదయ్యగారూ! నిన్న మా పిల్లలను ఆస్పత్రికి తీసుకువెడితే అక్కడికి కోడలు వచ్చింది. వేవిళ్ళట, చిక్కిపోయింది..."

"ఏం? మేం బాగున్నామని మంటా! మరిచిపోవాలనుకున్న విషయాలు మళ్ళీ యెందుకు గుర్తుచేస్తావ్?" మీనాక్షి వచ్చింది. రాజమ్మ ముఖం మాడ్చుకుని వెళ్ళిపోయింది.

"తిన్నింటి వాసాలు లెక్కపెట్టే రకాలు ! అది కోడలా? కొరివి ! ఈ వయసులో చేతికి వచ్చిన కొడుకు దూరం అవటం అంత నరకం మరొకటి ఉందా?"

"ఇప్పుడా విషయాలు యెందుకు మీనా..." అతను లేచి వెళ్ళిపోయాడు. అతనికి కొడుకు, కోడలు, మనుమడు తన దగ్గరున్నట్టు ఊహలు వచ్చాయి. ఊహల్లో ఆనందం పొందుతూ కిటికీనుండి బయటకు చూడసాగేడు.

"బజారు కెళ్దాం రండి."

"యెందుకు?" ఇటు తిరక్కుండానే అడిగాడు. "మా సుమతి ఆఖరు కొడుక్కు బ్యాటు, బంతి కావాలట. రేపు హైద్రాబాద్ మీదుగా వెడుతుంది. అలాగే మిఠాయి తెస్తాను."

ఏదో అనాలని నోరు విప్పి మాట్లాడలేకపోయాడు.

మెల్లగా ఆనంద్, కవిత రావటం కనిపించింది. అతను ఆశ్చర్యంగా చూచాడు. రంగుతేలి, నెమిలిపింఛము రంగు వెంకటగిరి చీరలో అందంగా, నిండుగా వుంది.

ఆమె అతని ముందుకు వచ్చి, అతని పాదాలకు నమస్కరించింది. మీనాక్షికి నమస్కరించబోతే దూరం జరిగింది.

"నాన్నా! మిమ్మల్నేమీ అనటం లేదు. నిండు హృదయముతో ఆశీర్వదించండి. అయిదో మాసం దాటిపోతుందని ఇంటివాళ్ళ పిన్ని ఏదో..."

"మా ఆశీస్సులు లేకపోతే బ్రతుకలేరా నాయనా?" వెటకారం చేసింది మీనాక్షి.

"బ్రతుకలేమని కాదు పిన్నీ! నాకున్నది తండ్రి ఒక్కడే. ఈ శుభసమయంలో గుర్తుకు వచ్చే ఆత్మీయుడు..."

"అందుకే ఆయన మాటలకు విలువ ఇచ్చి, ఆయనను అడిగి పెళ్ళి చేసుకున్నావు. ఆయనకు యెనలేని గౌరవం కట్టిపెట్టావు! యెందుకీ ముఖప్రీతి మాటలు. ఆయన శాంతిగా బ్రతకాలంటే మళ్ళీ ఛాయలకు రాకండి.."

రంగనాథరావు అటు, ఇటు చూస్తున్నాడు. భార్య అన్న దాంట్లో సమంజసం యెంతో తెలియటం లేదు.

"సరే, వస్తాం నాన్నా!" తండ్రి మౌనం అతడిని కృంగదీసింది. ఇద్దరూ వెనుతిరిగి, గేటు దాటుతుండగా రాజమ్మ పరుగు, పరుగున వచ్చింది.

"ఆగండి బాబూ! ఆడపెత్తనం ఈ కొంపలో..." పండ్లు, పూలు కవిత ఒడిలో పెట్టింది.

"పండులాంటి కొడుకునెత్తుకో నా తల్లీ.." మెటికలు విరిచి, లోపలి నుండి యజమానురాలు రావటం చూచి ఇంట్లోకి వెళ్ళిపోయింది.

వాళ్ళు గేటు బయటికి వచ్చారు. వాళ్ళను దూసుకుని ఫియట్ కారు వెళ్ళిపోయింది.

ఆనంద్ గాఢంగా నిట్టూర్చాడు. తను రేపు అంతేనా! కాదు, తన కొడుకు తనకంటే చిన్నవాడు. అర్థంచేసుకోవాలని ప్రయత్నిస్తాడు.

"ఏమిటీ ? రెండుసార్లు పిలిచినా పలుకలేదు! అంత పరధ్యాసగా ఉన్నారేం?" మోచేతితో కవిత పొడిచింది.

"ఏం లేదు కవీ! జీవితంలో నేను మూర్ఖంగా ప్రవర్తిస్తే, స్త్రీకి మెత్తని హృదయం ఉందంటారే!" ఆ హృదయ స్పందనతో ఆమె చేతిని తన చేతిలోనికి తీసుకుని.

"అంతా తిరిగి అపవాదు ఆడవారికే వస్తుందా?"

"కాదా! ఇప్పుడు పిన్నిలేకపోతే నాన్నగారు తప్పక ఉండిపొమ్మనేవారు."

ఇద్దరూ రిక్షా వేసుకుని ఇంటికి వచ్చారు. పండ్లు, పూలు బల్లమీద పెడుతుండగా ఇంటావిడ వచ్చింది.

"అంత దూరం వెళ్ళారు. చీరలు ఇచ్చారా! నగలా! ఇప్పుడయినా ఇవ్వకూడదూ? అంత మాయదారి కాలమమ్మా కాలం..."

"మేం వెళ్ళగానే చీరలు తయారుగా ఉంటాయా పిన్నీ..." నవ్వింది. ఆమె కాసేపుండి వెళ్ళిపోయింది. బట్టలు మార్చుకుని వచ్చేసరికి ఆనంద్ పడుకున్నాడు.

"యెనిమిది కాలేదు అప్పుడే పడకా?"

"ఆ దుప్పటిలా కప్పు, చలిగా ఉంది..."

ఆమె కంగారుగా అతని నుదురు ముట్టుకు చూచింది, వేడిగా ఉంది.

"మీకు జ్వరం వచ్చింది."

"భయపడకమ్మా! ఓ క్రోసిన్ వేయి, తగ్గిపోతుంది." అనుకుంటూ శాంభవి వచ్చింది. అత్త, ఆడబిడ్డల పోరు లేకపోయినా ఈ శాంభవి మాత్రం నేనున్నా నంటూ వస్తుంది. ఆనంద్‌ను చూస్తే పరవశించిపోతుంది. అది కవితకు కంటగింపుగా ఉంది.

"క్రోసిన్ లేదండి!"

"నే నిక్కడ కూర్చుంటాను. వెళ్ళి తీసుకురా."

"వెళ్ళు కవీ! చలి యెక్కువవుతుంది."

ఆమె అసహాయంగా చూచి వెళ్ళిపోయింది.

శాంభవి కుర్చీ దగ్గరగా జరుపుకుంది. ఆనంద్ ఆమె వంకకు తిరిగాడు.

"ఆనంద్‌గారూ! మా డిప్యూటీ లేడూ! బట్టతల, బండ మొహము వాడూను... నన్ను ప్రేమిస్తున్నాడట, వెర్రిముండా కొడుకు..."

"ఉహూ! మొన్న వచ్చాడు. అతను మా వదినకేం తెలియదు. వెర్రి మాలోకం..." అన్నది ఇంకేమో చెప్పబోతూ. ఆనంద్ మూల్గాడు.

"అరెరే... ఒల్లు నొప్పులా!" లేచి అతని భుజాలు, కాళ్ళు నొక్కటం మొదలు పెట్టింది.

"అక్కరలేదండి...." ఆనంద్ అన్నా వినిపించుకోలేదు. కవిత రానే వచ్చింది. తీక్షణంగా చూచింది.

"అంతగా ఆగలేకపోతున్నారా! పాలు వెచ్చబెట్టుకు వస్తాను..." విసురుగా లోపలికి వెళ్ళింది.

"మీ ఆవిడ మానర్‌లెస్ లేడీలా వుందేం? నేను చేసిన సహాయానికి థ్యాంక్స్ చెప్పదు..." కోపంగా అడిగింది.

"అమ్మా...' ఆనంద్ అటు తిరిగి పడుకోగానే, ఒక్క మూలుగు మూలిగి వెళ్ళిపోయింది.

ఆనంద్‌కు తెలుసు, ఆమె మనసులో ఏమనుకుంటుందో! వెర్రి ముండా కొడుకు అని తిట్టుకుంటుందని తెలుసు.

"ఇదిగో పాలు, మాత్ర...."

ఆనంద్ లేచి పాలు, మాత్ర తీసుకున్నాడు. ఆమె మాట్లాడక దోమతెర సరిచేసింది.పది నిమిషాల్లో చెమట్లు పట్టాయి.

"జ్వరం తగ్గింది కవీ...."

"తుడవటానికి శాంభవిని పిలువనా!" కోరగా చూచింది. ఆమె ముఖం చూచి ఫక్కున నవ్వేశాడు ఆనంద్.

"యెంత ఈర్ష్యే! ఆమె వచ్చి సహాయం చేస్తానంటే ఎలా వద్దనను!"

"అబ్బే, రాత్రంతా కూర్చోమ్మనే పని..." కోపంగా చూచింది.

అతను చెయ్యిపట్టిలాగాడు, వచ్చి అతని ఒడిలో పడింది.

"ఏయ్! ఏమిటా పొగరు!"

"మీరేమి టామెతో ఆ ఒగలు!"

"అందుకే అన్నారోయ్! ఆడది ముందు పుట్టి అసూయ తరువాత పుట్టిందని..."

"వెధవ సామెతలు నాకూ వచ్చు. మగాడు ముందు పుట్టి కాదు.. కాదు... మోసం ముందు పుట్టి, మగాడు తరువాత పుట్టాడని!" ఆపైన మాట్లాడనీయలేదు.

'సారీ..." అన్న శబ్దానికి ఇద్దరూ ఉలిక్కిపడి దూరం అయ్యారు. గుమ్మం అవతల కృష్ణ నిలబడి ఉన్నాడు.

"రారా..." ఆనంద్ చమట్లు తుడుచుకుంటూ పిలిచాడు. కృష్ణ వచ్చాడు. కవిత పని ఉన్నట్టు లోపలికి వెళ్ళింది.

"శుక్రవారం ఓ మహాకవికి సన్మానం చేస్తున్నారు. ఆ సందర్భములో కవిత పాడాలిరా."

"వాళ్ళు డబ్బిచ్చి పాడిస్తారు కదూ!"

"అవును. ఒకప్పుడయితే చాలా తక్కువ ఇచ్చేవారు. ఇప్పుడు బాగానే ఇస్తారు. గంటసేపు పాడితే రెండు వందలిస్తామన్నారు. రెండు సోలోలు, రెండు డ్యూయెట్లు."

"ఓ....."

"వాళ్ళ అసోసియేషన్‌లో ప్రెసిడెంటు పాడతాడు. అతనితోనే పాడుతుంది కవిత, గౌరవప్రదమైన సంస్థే..."

"అది నిజమే కాని, డబ్బు తీసుకుని పాడటం నా కిష్టం లేదు."

"అది నిజమే ఆనంద్! ఫ్రీగా పాడుతామంటే యెన్నో చిక్కులు. మీకు అవకాశం లేక పాడుతున్నారనుకుంటారు. అది కాక ప్రతివాడు పాడమనేవాడే..."

"అందరికీ యెందుకు పాడుతాం..." ఆనంద్ అంటుండగానే కవిత పులిహోర ప్లేటుతో వచ్చింది.

"నాకు నిల్చుంటే, కూర్చుంటే ఆయాసంగా ఉంది అన్నయ్యా? ఇప్పుడు పాడలేను...."

"సరే...నీ ఆరోగ్యం జాగ్రత్త..." కృష్ణ ఫలహారం చేసి వెళ్ళిపోయాడు.

అతని ఒళ్ళు తుడిచి, పక్క సర్దింది.

"వీడిని చూచి అందరూ అసోసియేషన్ మీద ఏదో సంపాదిస్తాడని అనుకుంటారు."

"అవును, రాత్రింబవళ్ళు తిరిగితే అనుకోరేమిటి?"

"అదే అర్థంకాదు కవీ! ఒక్కొక్కరికి ఒక్కొక్క వ్యసనం. వీడికి కార్యక్రమాలు నిర్వహించటం ఓ వ్యసనమయింది." అన్నాడు.

"మజ్జిగన్నం తింటారా?"

"ఈ పూట వద్దులే..." అన్నాడు. ఆమె మరో కప్పు హార్లిక్స్ తెచ్చి యిచ్చింది. తను అక్కడికే తెచ్చుకుని భోజనం ముగించింది. ఆమె తలుపులు వేసి చాప పరుచుకుంది.

"ఏయ్! జ్వరం వస్తుందని భయమా!"

"మీరు యెంత మాటయినా అనగల సమర్థులు" తలగడ విసిరివేసి, వెళ్ళి అతని ప్రక్కన చోటుచేసుకుంది.

"మీకు ఉక్కగా ఉంటుందని దూరం పడుకున్నాను. ఇంకెప్పుడూ ఇలా అవమానించకండి!"

"అవమానం నీ ఒక్కదానిదేనా! శాంభవిని, నన్ను కలిపి అనుమానించటం నీ హక్కా?" ఆమె ముక్కుపట్టి ఊపాడు.

"మీతో యెవరు చనువుగా ఉన్నా సహించలేను."

"మనం యెందరితో చనువుగా తిరిగినా, ప్రేమగా మాట్లాడినా మన అనుబంధం వేరు. దానికి యెలాంటి మైల అంటనివ్వను డియర్..." దగ్గరగా

తీసుకున్నాడు. అతని సమక్షంలో యెంతో నిశ్చింతగా ఉంటుంది. లైటు ఆర్పి, అతని చేయి తన మెడ చుట్టూ వేసుకుని నిదురబోయింది.

మర్నాడు ఆనంద్ కాలేజీకి వెడతానంటే వద్దని ఆపేసింది.

"విశ్రాంతి తీసుకోండి. ఈ పూట జ్వరం రాకుంటే రేపు వెళుదురుగాని..." లీవ్ లెటర్ పంపించింది.

"యెలా ఉంది ఆనంద్‌గారూ?" శాంభవి గొంతు వింటూనే అటు తిరిగి గుర్రు పెట్టాడు. కవిత నవ్వు ఆపుకుంది.

"రండి, నిదురపోతున్నారు. ఆఫీసుకా?"

"ఆఁ.... ఈ రోజు గాంధీభవన్‌లో ఏదో పార్టీ వుంది. ఒంటరిగా వెళ్ళాలంటే అదేదోగా ఉంది. అంతా మగాళ్ళే!"

"మీకేం భయం...' అనబోయి ఆగిపోయింది. ఆమె ఇంకా పదహారేళ్ళ బాలాకుమారిని అనుకుంటుంది.

శాంభవి వెళ్ళిపోయింది.

"లెండి... లెండి... ఆవిడ వెళ్ళిపోయింది" అంటుండగానే ప్రక్కింటి కుర్రాడు అరుస్తూ వచ్చాడు.

"కవితక్కా! గీతక్క ఫొటో వచ్చింది పేపరులో..."

ఆ పేపర్ అందుకుని చూచి, ఆమె ముఖం చిట్లించింది. దాదాపు అర్ధనగ్నంగా ఉందా ఫొటో. అవి చూస్తే మామగారు మరీ మండిపడతారు. ఆమె పేపర్ కుర్రాడికి ఇచ్చేసింది.

"ఏమిటది చూపించవా?"

"మీరు చూడదగిన విశేషం కాదులెండి. పోరా నీకేం పనిలేదా? పద్దాక సినిమా పత్రికలు పట్టుకు తిరుగుతావు..." అన్నది కోపంగా.

"అయితే ఏమిటో తప్పకుండా చూడాలి!" అన్నాడు. లేచి పత్రిక లాక్కుని చూచాడు. క్రింద వ్రాసిన వాక్యాలు చదివాడు.

"కేబరే డాన్సర్, సెక్సుబాంబ్ మిస్ షబనమ్."

పేపరు కుర్రాడికి ఇచ్చి పంపాడు. అటుతిరిగిన కవితను తనవేపుకు తిప్పుకున్నాడు.

"ఏయ్! యెందుకా విచారం!"

"మన సంతానముతోనయినా మీ నాన్నకు, మీకు మధ్యన సఖ్యత కుదురుతుందనుకున్నాను. ఈ ఫొటోలు చూస్తే ఆయన అసలా ఛాయలకు రానివ్వరు."

"ఓస్ అదా నీ విచారం!" నవ్వేశాడు ఆనంద్.

"ఈ వయసులో ఆయనకు మీ అండ ఎంతో అవసరము..."

అతనామెను దగ్గరగా తీసుకుని తలపై చేయి వేశాడు.

"నాకు గర్వంగా ఉంది కవీ! నీ మంచితనమే నిన్ను కాపాడుతుంది" అన్నాడు.

"ఊఁ" ఆమె ఆలోచిస్తూ ఉండిపోయింది. తనవల్లే తండ్రీ కొడుకులు దూరమయ్యారని ఆమె విచారం.

"చూడు కవీ! ఈ స్థితిలో నువ్వు విచారంగా ఉండకూడదు" ఆనంద్ ఆమె బుగ్గ సాగతీశాడు.

"తమరీ స్థితిలో లేచి తిరగరాదు" అతడిని చేయిపట్టి మంచంపైకి నెట్టింది.

"భర్తను నెట్టావు. పాపం తగుల్తుంది!"

"నిజం! అయితే రోజు నెడుతుంటాను. చాలా పాపం తగుల్తుంది. నాకు యమధర్మరాజును చూచే భాగ్యం కల్గుతుంది" అన్నది నవ్వుతూ, అతని ప్రక్కనే కూర్చుని.

15

ఆనంద్‌కు ఆస్పత్రి నుండి కాలేజీకి ఫోన్ వచ్చింది. కవిత ప్రసవించి, మగబిడ్డను కన్నదని. అతనికి రెక్కలు కట్టుకుని వెళ్ళాలని వుంది. ఫైనలియర్‌కు ఇన్విజిలేషన్. వెళ్ళటానికి వీలులేదు.

"తీసుకో!" జేబులో ఉన్న రూపాయి తీసి వార్త తెచ్చిన ప్యూన్‌కు ఇచ్చాడు.

"మరి ఆస్పత్రికి వెళ్ళరా?"

"నాలుగు తరువాత వెడతాను. ఈ మధ్య తరచుగా జ్వరం వచ్చి సెలవలు అయిపోయాయి. వాళ్ళ మంచితనము అయిపోయింది."

"అదేమిటయ్యా?"

"ఎన్నోసార్లు అడిగి ఇంటికి వెళ్ళాను." అన్నాడు అసహాయంగా. ఈ నాలుగు అయిదు నెలలుగా ఒకటే జ్వరం. అన్ని పరీక్షలు చేశారు. డాక్టరు ఏం లేదంటాడు. రెండురోజుల క్రితం నలతగా ఉంటే విక్టోరియా జనానా ఆస్పత్రిలో చేర్పించాడు కవితను. తెలిసిన డాక్టరుంటే పురుడు వస్తే తెలియజేమని చెప్పి వచ్చాడు. ఇంటావిడ చాలా సహాయం చేసింది.

బెల్ కాగానే పేపర్లు తీసుకువెళ్ళి సూపర్నెంటుకిచ్చి, గబ గబ బయటికి వచ్చాడు.

"మాకు స్వీట్స్ పెట్టాలి!" అన్న నర్సుల మాటలు గుర్తుంచుకు ఓ కె.జి. స్వీట్ బొంబాయి హల్వాలో పేక్ చేయించుకుని వెళ్ళాడు. అలసటగా పడుకుంది కవిత.

"కవీ!" పాలిపోయిన చెక్కిళ్ళు నిమిరాడు.

"మళ్ళీ జ్వరం వచ్చిందా! మీ శరీరం వేడిగా ఉందే?"

"ఏం లేదు. ఎండలో నడిచి వచ్చాను కదూ? అందుకు."

"మీరు వస్తారని తెలిసి, బాబును లోపల దాచిపెట్టారు నర్సులు..." నవ్వింది.

నర్సులకు స్వీట్సిచ్చి కొడుకును చూచాడు. అతని హృదయము అనిర్వచనీయమైన ఆనందముతో మూల్గింది. అదే తండ్రి దగ్గరయితే, కవితకు యెంత అపురూపంగా జరిగేది.

"యెత్తుకుంటారా సార్!"

"వద్దు సిస్టర్!" యెందుకో సిగ్గుపడ్డాడు. అతను కవిత దగ్గరకు వచ్చాడు.

"ఏం తీసుకున్నావు కవీ?"

"ఇప్పుడు పాలు తీసుకున్నాను. రాత్రికి రొట్టి, పాలు తీసుకుంటాను."

"బజారు నుండి తీసుకురావాల్సినవి ఏమయినా ఉన్నాయా?"

"నోటితో చెబితే గుర్తుండవు. కాగితం, కలం తీసుకోండి" అన్నది అతనివేపు తిరిగి. ఒక్కొక్క మంచం దగ్గర పాతికమంది ఉన్నారు. గందరగోళంగా ఉంది.

కాగితం, కలం తీశాడు.

"రెండు గజాల తెల్లబట్ట నాప్కిన్లకు, జాన్సన్‌బేబి ఆయిల్ పౌడరు, చిన్న టవల్స్...." ఆమె రాయించిన లిస్టు చూచి అదిరిపడ్డాడు.

"బాప్‌రే.... ఇన్ని వస్తువులా?"

"అంతేకాదు, మరికొన్ని వస్తువులు మీకు చెప్పలేక పోతున్నాను. పాతిక రూపాయలిస్తే పిన్నిగారితో తెప్పించుకుంటాను' అన్నది.

అతను పాతిక రూపాయలిచ్చి ఆరుగంటలవరకు కూర్చున్నాడు.

"మీ భోజనం?"

"ఉదయం క్యారియరు తెప్పించాను" అన్నాడు.

"ఆ చల్లటి అన్నం యెలా తింటారు?"

"నోటితో గాని, మాట్లాడక విశ్రాంతి తీసుకో!"

అతను భార్య నుదురు చేతితో నిమిరి, వీడ్కోలు తీసుకున్నాడు. అతను ఇంటికి వచ్చేసరికి శాంభవి వచ్చింది.

'హల్లో! కంగ్రాచ్యులేషన్స్! కొడుకటగా!"

"థ్యాంక్స్..." తాళం తీశాడు. ఆమె అతని వెనుకే వచ్చింది. కుర్చీ లాక్కుని కూర్చుంది.

"జీవితం అంటే ఏమిటి? మీ నాన్న ఓ కొడుకును కన్నాడు. మీరో కొడుకును కన్నారు. అలాగే మీ అబ్బాయి..."

"కొడుకనే ఏం గ్యారంటీ. కూతురు పుట్టవచ్చు కదా!"

"అబ్బబ్బ అదేనండీ. ఒకే తరహా జీవితం బోరుగా లేదూ?"

"ఒకే రకం మనుషులు కూడా బోరే. మూడు కళ్ళు, నాలుగు చేతులతో పుడితే బావుంటుంది!"

"భలేవారే..." అదేదో పెద్ద జోకయినట్టు భళ్ళున నవ్వింది. గాజుల గంపలో రాయి పడ్డట్టు ఉన్నది.

'నేనో జోక్ మరిచిపోయాను. ఈ వీధి చివరి బంగళాలో ఉంటాడు చూడండి. అదే ఐ.ఏ.ఎస్..."

"ఓహో! శ్రీధరరావుగారా."

"గారు అని మన్నించవద్దులెండి! నాకో లవ్ లెటర్ వ్రాశాడు పాడు ముండాకొడుకు."

"అదేం ఖర్మండీ. ఒక్కరూ ముత్తయిదువ కొడుకు వ్రాయటం లేదు."

మరోసారి భళ్ళున నవ్వింది. ఆమె లవ్వు పురాణం వినటం పరమ బోరు అనిపించింది. ప్రక్కింటి వారితో "ఆనంద్ నన్ను పూసుకు తిరుగుతాడు" అని చెప్పినట్టు అప్పుడే వార్తలు వచ్చాయి.

"శాంభవిగారూ! మా నాన్నగార్కి ఫోన్ చేయాలి." లేచి చెప్పులు వేసుకున్నాడు. ఆమెకు లేవక తప్పలేదు. ఆనంద్ తాళం వేసి, అయిదారిళ్ళ అవతలున్న శాస్త్రిగారింటికి వెళ్ళాడు. యాభై పైసలు తీసి, అక్కడున్న కిడ్డీ బ్యాంకులో వేసి, తండ్రికి ఫోన్ చేశాడు.

"అయ్యా... ఆనంద్ బాబూ... నేనయ్యా పీరయ్యని, అయ్యా లేడు. అమ్మ తమ్ముడు వస్తే బయటికి వెళ్ళారు" పీరయ్య మాటవిని, గుండెల్లోని దడ కాస్త తగ్గించుకున్నాడు.

"నాన్నగారు రాగానే ఆయనకు మనవడు పుట్టాడని చెప్పు!" అని ఫోన్ పెట్టేశాడు. ఇంటికి వచ్చాడు. కొడుకు పుట్టినా ఏదో వెలితిగా ఉంది. అనారోగ్యం వలన నీరసంగా ఇంటికి వచ్చి తాళం తీసి స్విచ్చిమీద వేసిన చెయ్యి తీసుకున్నాడు. లైటు చూసిదంటే శాంభవి వస్తుంది. కథలు వినే ఓపిక, తీరిక రెండూ లేవు. అలాగే తలుపు వేసి పక్కమీద ఒరిగిపోయాడు.

"ఆనంద్ బాబూ! ఓ ఆనంద్ బాబూ!"

కళ్ళు విప్పాడు. కిటికీలోంచి వెలుగు వచ్చింది!అప్పుడే తెల్లవారిందా! తనెంత మొద్దు నిదురపోయాడు! రాత్రి భోజనం చెయ్యనందున మరింత నీరసంగా వుంది.

"ఆనంద్ బాబూ!" మళ్ళీ తలుపు బాదుతున్నారు.

"వస్తున్నా" లేచి తలుపు తీశాడు. యెదురుగా రాజమ్మ.

అతనిలో సంతోష తరంగాలు వెల్లువలా పొంగి వచ్చింది.

"ఏం రాజమ్మా, బాగున్నావా?"

"పొండిబాబూ! అసలు మాట్లాడను. తల్లిలా పెంచిన ఓ పిచ్చిసన్నాసిని ఉన్నానని మరచిపోయావు."

"మరిచిపోతే ఇంటికి ఎందుకు ఫోన్ చేస్తాను."

"రాత్రే రెక్కలు కట్టుకుని రావాలనుకున్నాను. అయిదారుగురు భోజనాలకు వచ్చారు. ఈ రోజు సెలవుపెట్టి వచ్చాను. నెలరోజులిక్కడే..."

"ఇక్కడున్నావని తెలిస్తే..."

"నన్ను పనిలోనుండి తీసేస్తారు. అంతేగా. రెక్కలు సలామత్ ఉంటే పని కరువా బాబూ!"

చకచకా కాఫీ పెట్టింది. టిఫిన్ చేసింది. ఆనంద్ ముఖం కడుక్కువచ్చాడు. కాఫీ తీసుకున్నాడు. అతనికో విషయం అర్థం అయింది. కష్టం, సుఖం పంచుకోవటానికి ఆత్మీయులు అనబడేవారుండాలి.

కృష్ణ రావటంతో అతని ఆనందం ద్విగుణీకృతమయింది.

"ఒరేయ్! నిన్న ఆరున్నర తరువాత ఆస్పత్రికి వెళ్ళానురా. మీవాడు ఆనంద భైరవి ఆలపిస్తున్నాడు!"

"నాయన్నాయన, నీకు పుణ్యం ఉంటుంది గాని, రాగాల పేర్లు యెత్తకు. అన్ని రాగాలు అన్ని వేళలా పాడరు."

"వాడికి పాటలు పాడే లక్షణం ఉంది."

"నీ అసోసియేషన్ జిందాబాద్" ఇద్దరూ నవ్వుకున్నారు. అయిదు రోజుల తరువాత కవిత చంటాడితో ఇంటికి వచ్చింది. మొదటిసారి డబ్బు గురించి దేవుళ్లాడుకోవలసిన పరిస్థితి వచ్చింది ఆనంద్‌కు. మొదట ఆరేడు నెలలు మిగిల్చిందేగాని, తరువాత ఏ నెలకానెల మందులకు, కవితకు టానిక్కులకే సరిపోయింది. బ్యాంకులో ఉన్నవి తీసి కావల్సినవి కొన్నాడు.

"వాళ్ళంతా అదిరిపోయేటంత ఘనంగా చేయాలి బారసాల!" నీళ్ళు పోసి చంటాడిని పడుకోబెడుతూ అన్నది రాజమ్మ.

"అలాగే!" అన్నాడు. కాని అతని గుండె ఆగిపోయింది. బ్యాంకులో చూస్తే యాభై రూపాయలకన్నా యెక్కువలేవు. ఫస్టు తారీకు మరో పదిరోజులకు గాని రాదు.

"ఏమాలోచిస్తున్నారు?" కవిత వచ్చింది.

పసుపుతో స్నానం చేసిందేమో లేత తమలపాకులా అందంగా కనిపిస్తుంది. కర్పూరం మసాలా వేసి కలిపి ఇచ్చింది రాజమ్మ విడియము. రాగరంజితమైన పెదాలు అందంగా ఉన్నాయి.

"తల్లులయితే కొందరి అందం చెడిపోతుంది. నీ అందం...."

'ఊఁ... చాల్లెండి. మీరే బాగా చిక్కిపోయారు. అక్కడేం తినేవారో రాజమ్మను అడిగి తెలుసుకుంటాను." అన్నది అతని చెక్కిళ్ళు నిమురుతూ.

"ఉహుఁ! అక్కడ దొరకంది ఇక్కడ దొరుకుతుంది."

"ఏమిటో?"

"అమృతం!" ఆమె పెదవులపై వేలుతో వ్రాశాడు.

"అమృతమో, విషమో కాని ఒక్క విషయంలో మీరు నా మాట వినాలి. నామకరణోత్సవం ఆడంబరముగా చేసి అప్పులపాలు కావద్దు. రాజమ్మకు నచ్చచెప్పండి!"

"అలాగేలే" అన్నాడు శాంభవి రావటం చూచి అతను సంచీ తీసుకుని బయటకు వెళ్ళిపోయాడు.

"సరే మళ్ళీ వస్తాను" శాంభవి వెళ్ళిపోయింది. ఆమెకు ఆడవారితో మాట్లాడాలంటే ఎలర్జీ.

"కొందరు పిల్లలను రాచి రంపాన పెట్టి పగతీర్చుకుంటారు. మీనాక్షమ్మ తెలివయింది." రాజమ్మ నిట్టూర్చింది.

పదవ రోజు ఇంటివారిని, తెలిసిన వారిని పిలిచి లడ్డూ, బూంది పెట్టి పార్టీ ఇచ్చాడు. అందరి సమక్షంలో కొడుక్కు రిష్యేంద్ర అని నామకరణం చేశాడు.

రాజమ్మ అర్థం చేసుకుని కళ్ళు వత్తుకుంది. పుట్టిన పసిపాపకు తప్ప కవితకు కూడా కొత్తబట్టలు కొనివ్వలేకపోయాడు.

"మెల్లగా తీర్చుకుందువుగానిలే అమ్మాయ్! మళ్ళీ ఈ అవకాశం వస్తుందా! అరువు ఇప్పిస్తాను" అన్నది ఇంటామె.

"వద్దు పిన్నీ! అరువు బేరం అంటువ్యాధి లాంటిది!" కవిత నిరాకరించింది. 'యువజ్యోతి' అసోసియేషన్‌కు పేరు ప్రఖ్యాతులు కవిత వల్లే

వచ్చాయని అందరికి తెలుసు. వారు అసోసియేషన్ తరఫున భార్యాభర్తలకు కొత్త బట్టలిచ్చారు.

పార్టీ అయ్యేవరకు వాళ్ళిచ్చిన కొత్తచీర కట్టుకుని తరువాత జాగ్రత్తగా మడత వేసింది. అందరూ వెళ్ళిపోయాక కొడుకును జోకొడుతూ కూర్చుంది కవిత. క్రింద చాపపైన తన పడక వేసుకున్నాడు ఆనంద్.

“కవీ! కొడుకును కని, నాకిచ్చిన ఆనందం వెలలేనిది! ఈ సందర్భంలో నీకు కొత్త చీర కొనిపెట్టలేని అసమర్థుడిని”

బాధగా వెనక్కు వాలాడు.

కొడుకు ప్రక్కకు పడకుండా దిండు పెట్టి వచ్చింది. కవిత అతని ప్రక్కన కూర్చుని అతని జుట్టులో వేళ్ళు పోనిచ్చింది.

“నేను యెక్కడో నలిగి, మరెక్కడో రాలిపోవల్సిన దాన్ని. మీ సహచరిణిగా జీవించటమే నాకో వరం. మనకు మంచి రోజులు వస్తాయి” అతని యెదమీద తల ఉంచి అలాగే నిదురబోయింది. ఆనంద్ ఆమె తల నిమురుతూ తండ్రి నైజం గురించి బాధ పడ్డాడు. మనుమడు పుట్టాడన్న వార్త విని కూడా రాలేదు. అందుకే పార్టీకి పిలువలేదు. వాళ్ళు వచ్చి ఆశీర్వదిస్తే తను సంతోషించేవాడు.

రిషి కేరు కేరు మంటున్నాడు. అలసిపోయిందేమో కవిత అసలు కదలలేదు. మెల్లగా ఆమె తల దిండుమీదికి జరిపి, లేచి వెళ్ళి రిషిని జోకొట్టాడు. అటు ఇటు మసులుతున్నాడు. ఆనంద్‌కు అర్థం అయిపోయింది. తనకే ఉక్కగా ఉంది. ఆ పసివాడికెంత ఉక్కగా ఉందో. ఫ్యాన్ కొనలేని తన అసహాయతను నిందించుకున్నాడు. కొడుకును చేతుల్లోకి తీసుకున్నాడు.

కవితకు భయంకరమైన కల వచ్చింది. రంగనాథరావుగారొచ్చి కొడుకును, మనవడిని లాక్కుపోతున్నట్టు! వారిని అనుసరించబోతే తనను నెట్టేసినట్లు అనిపించింది. “నా బాబు నా బాబు!” అంటూ వెంటపడింది. ఆమెకు మెలుకువ వచ్చింద. కళ్ళు నులుముకుని చూచింది. గుండెలదిరిపోయాయి. తన పక్కనున్న భర్త, మంచమ్మీదున్న కొడుకు కనిపించలేదు.

“బాబూ... రిషీ....” ఆమె మాటలు ఆర్తనాదంలా వినిపించాయి. లేచి బార్లా ఉన్న తలుపులో నుండి బయటికి వచ్చి టక్కున ఆగిపోయింది. బయట

పడక కుర్చీలో ఆనంద్ పడుకున్నాడు. అతని ఎదను కరుచుకుని రిషి పడుకున్నాడు. అది చూచి ఆమె మనసు కుదుట పడింది. నెమ్మదిగా వెళ్ళి అతని కాళ్ళ దగ్గర కూర్చుని అతని మోకాలిపై తల ఆన్చింది.

"ఎవరు..." అదిరిపడ్డట్టు లేచాడు ఆనంద్. అతనికి భార్య స్పర్శ చిరపరిచితమే.

"ఉక్కగా ఉందా కవీ!"

"ఎంత పీడకలొచ్చింది ఆనంద్..." మెల్లగా చెప్పింది.

"యూ సిల్లీ! ఆయన రమ్మనగానే నిన్ను వదిలేసి వెడతానని ఎలా అనుకున్నావ్?"

"ఏమో..." అన్నది. తెల్లవారురఝాము అయినట్టుంది. కోడికూతలు వినిపించాయి. చలిగాలి కూడా వీస్తుంది.

'లోపలికి వెడదాం పద..." ఇద్దరూ లోపలికి వచ్చారు. ముగ్గురు మంచం మీద సర్దుకున్నారు. మామూలుగా ఆరింటికి లేచింది. రేడియో ట్యూన్ చేసి పని ప్రారంభించింది. ఎనిమిదయినా ఆనంద్ లేవలేదు. రాత్రి నిదురలేదేమో? ఎనిమిదిన్నరకు లేచినా చాలు అనుకుంది. మరో అరగంట గడిచాక లాభం లేదని లేపబోయింది. అతని ఒళ్ళు వేడిగా ఉంది.

"మళ్ళీ మీకు జ్వరం వచ్చింది" అన్నది కంగారుగా, దిగులుగా.

"ఊఁ...." అంటూ తిరిగి పడుకున్నాడు.

"ఉండండి మాత్రలు తెస్తాను" ఆమె డ్రాయరు సొరుగు లాగి రెండు మాత్రలు ఇచ్చింది. మాత్రలు వేసుకోగానే జ్వరం దిగింది. ఆనంద్ హడావుడిగా లేచి తయారయ్యాడు.

"కాలేజీకి వెడతారా?"

"కబుర్లు చెప్పుకుందామనే వుంది డియర్! కడుపునిండదు. మరో రెండు రోజులయితే సెలవులిస్తారు."

"మీ ఆరోగ్యం బాగా దెబ్బతిన్నది...."

"రిక్షాలో వెడతాను" అన్నం తినబోతే సయించలేదు. ఓ కప్పు పాలు త్రాగి వెళ్ళిపోయాడు.

రాజమ్మ వచ్చి రిషికి స్నానం చేయించింది.

"రాజమ్మా! నేను అయిదు నిమిషాలు కట్టుకున్నాను ఈ చీర. తీసుకో..." తనకు 'యువజ్యోతి' వారు బహూకరించిన చీర ఆమెకిచ్చింది.

"ఏమ్మా! నేను చీర, సారే కోసం వచ్చానని అనుకుంటున్నావా?" కోపంగా అడిగింది.

"లేదు రాజమ్మా! ఆత్మీయత, అనురాగం పంచి ఇచ్చావు ఆనంద్‌కు. నా శక్తికొద్దీ కొడుకు పుట్టిన సందర్భంలో ఇచ్చుకోవద్దా! ఏమనుకోకు. నీ కూతురో, కోడలో ఇస్తే వద్దంటావా?" అన్నది ప్రేమగా.

"అట్లాయితే ఇవ్వు. ముసలి మగడని ఊర్కే అన్నారా! నిన్న వెళ్ళి అరగంట చెప్పాను చిన్న తండ్రి గురించి. బెల్లం కొట్టిన రాయిలా విన్నాడు మా అయ్య..." అన్నది కోపమంతా సబ్బుబిళ్ళమీద చూపిస్తూ.

"నాకు బాధగా ఉంటుంది రాజమ్మా! నా మూలంగా తండ్రీ కొడుకులు విడిపోయారేమోనని."

"నువ్వేం చేశావమ్మా! అబ్బాయిగార్కి నచ్చింది. చేసుకున్నాడు. మీరు పెద్దోరు కాబట్టి సాగుతోంది. అదే మా కులంలో అయితేనా బజాయించి పడేస్తారు" అన్నది రిషికి పౌడరద్దుతూ. కవిత మాట్లాడలేదు. రాజమ్మ చీర తీసుకుని వెళ్ళిపోయింది ఆ పూట.

రాజమ్మ రోజూ వచ్చి నీళ్ళు పోసి పొయ్యేది. సెలవు లిచ్చారు. ఆనంద్ ఆరోగ్యం కుదుటపడింది. ఆరోజు స్పాట్ వాల్యుయేషన్‌కు రమ్మన్నారు. తయారయి ఇంటికి వచ్చేసరికి తల దులుపుకుంటున్న కవిత కనిపించింది. అప్పుడే విచ్చిన గులాబిలా ఉంది. సాంబ్రాణి పొగ మత్తు ఎక్కించింది. ఆమెను దగ్గరగా తీసుకోవాలని ప్రగాఢమైన వాంఛ కల్గింది. రాజమ్మ అక్కడే వుంది. బయటికి పిలిస్తే మరీ ప్రమాదం. శాంభవి వాకిట్లో ఉంటుంది. అతను గబగబ బయటికి వెళ్ళి చుట్టూ తిరిగి వంటింటి కిటికీవైపు వచ్చాడు.

"కవీ! కర్చీఫ్...."

ఆమె కర్చీఫ్ తీసుకుని వెళ్ళింది. గభాల్న ఆమె తల పట్టి వంచేసి గాఢంగా రెండు పెదవులు మీద ముద్దు పెట్టుకున్నాడు. అడ్డుగా వున్న కొయ్య తలకు బలంగా తాకింది.

"ఏమిటిది?"

"రాత్రికి చెబుతాను..." అతను చరచర వెళ్ళిపోయాడు నవ్వుకుంటూ. అక్కడే నిల్చుంది. ఆ మధురస్మృతి ఆమె హృదయ ఫలకంపై గాఢంగా హత్తుకుంది.

"వాముందా కవితమ్మా...."

"ఉంది.... వస్తున్నా."

కవిత వాము అందించింది. మధ్యాహ్నమే తిరిగి వచ్చాడు ఆనంద్.

"ఏమండీ... మళ్ళీ జ్వరమా!" అతని నుదురు, మెడ పట్టి చూచింది.

"అబ్బబ్బ ఏమిటా కంగారు? ఎందుకో నిన్ను, బాబును చూడాలనిపించింది వచ్చేశాను." అన్నాడు కొడుకుపైకి వంగుతూ!

"నిదురపోయే పిల్లాడిని ముద్దాడవద్దు.... లేచాడంటే పనంతా గోవింద...."

"కవీ? నేను చాలా బలహీనంగా మారిపోయాను. కూర్చుంటే అసలు నడుము విపరీతంగా నొప్పి పెడుతుంది."

"అమృతాంజనం వ్రాస్తాను. పడుకోండి" అన్నది.

అతను బోర్లా పడుకుంటే వీపుకు, నడుముకు అమృతాంజనం వ్రాసింది. అతనలా నిదురబోయాడు.

16

ఈమధ్య అలసటగా కనిపించినా ఆనంద్ జ్వరం లేక మామూలుగా ఉన్నాడు. కాలేజి, ఇల్లు, కొడుకుతో ఆడుకోవటంతోనే సరిపోతుంది. అతని స్నేహితుడు కుమార్ పెద్ద బిజినెస్ మాగ్నెట్. కావాల్సినంత డబ్బు, సినిమాతారల చుట్టూ తిరగటం! వారితో ఫోటోలు తీయించుకోవటం సరదా, అతనొచ్చాడు.

సిటీకి వచ్చిన పైకి వస్తున్న తారలెవరూ అతని పడక గది పావనం చెయ్యందే వెళ్లరని ప్రతీతి. యెంతవరకు నిజమో.

"ఏమిటి కుమార్! ఇంతదూరం వెతుక్కుంటూ వచ్చావు?" ఆహ్వానించి కుర్చీలు చూపాడు, తను మంచం మీద కూర్చుని.

"ఫైనార్టు కల్చరల్ అసోసియేషన్ అని పేరు పెట్టాం. నేను పాట్రన్‌ను, ఇతను ప్రెసిడెంట్ రాము. సెక్రటరీ శంకర్."

"నమస్తే" చిరునవ్వుతో వాళ్ళతో చేతులు కలిపాడు.

"రేపు మా అసోసియేషన్ ఏన్యుయల్ డే కమ్, ప్రసిద్ధ సంగీత గాయకుడు రామానందం గార్కి సన్మానం. ఈ సందర్భంలో నీకు లిఫ్ట ఇవ్వాలి."

"అబ్బెబ్బే! లిఫ్టకోసం కాదు ఆనంద్‌గారూ! జంటనగరాలలో శాస్త్రీయ సంగీతం పాడేవారు లేరు. అందుకని..." శంకర్ సవరించాడు.

"ఒక్క గంట మీరు కచ్చేరి ఇవ్వాలని..."

వారు అరగంటసేపు అతడి ఆవశ్యకత యెంతో వివరించాక అంగీకరించాడు.

"రామానంద సంతుష్టుడయితే రేపు ఏ గ్రూపు సాంగ్ లోనో నీకు అవకాశం రావచ్చు!" కుమార్ దర్పంగా అన్నాడు.

"నాకలాంటి ఆశలేం లేవు కుమార్!" అన్నాడు నొచ్చుకున్నట్టు. అతను టాపిక్ మార్చాలని కవితను పిలిచాడు.

రిషి నెత్తుకుని వచ్చింది.

"రిషిని నాకిచ్చి నువ్వు కాఫీ తీసుకురా."

"ఈ పిల్ల ఆ కేబరే డాన్సర్ అక్క కదూ?" కుమార్ పరీక్షగా చూశాడు. అతని స్నేహితుని వివాహము, అక్కడ కవితను పట్టుకు రమ్మనటం గుర్తుకు వచ్చింది.

"జంటనగరాలలో పేరున్న గాయనీమణి!" అన్నాడు శంకర్.

కవిత కాఫీ తెచ్చింది. త్రాగి లేచారు.

"నీ జన్మలో ఇలాంటి ఫంక్షన్ చూడవు. కుమారి కరుణశ్రీ ఉందీ కార్యక్రమంలో" కుమార్ కన్నుగీటాడు.

"కుమార్! కరుణశ్రీ అభినయానికి అభినందనలు తెలుపుతాను కానీ, ఆవిడ ప్రక్కన కూర్చుంటే జీవితం తరించిపోతుందని అనుకోను!" అన్నాడు కాస్త నిష్కర్షగానే.

"అఁ... తమాషా చేశాను" అతను వెళ్ళిపోయాడు.

శాంభవి కనిపించింది.

"హు ఈజ్ దిస్ గయ్."

"నా స్నేహితుడు" అన్నాడు ముక్తసరిగా.

"నాకు ఎగ్జిబిషన్‌లో కలిసి, ఇంటికి రమ్మన్నాడు. ఇంటికి వెడితే ప్రేమించానని అన్నాడు. మ్యాన్‌లీగా ఉన్నాడు కదూ?"

"మరి మీకు అభ్యంతరం దేనికి?"

"ఐ హేట్ రిచెస్–" అన్నది. అతను లోపలికి వచ్చాడు.

"శాంభవిగారి లవ్ స్టోరీ విన్నారా?"

"ఊం..." అన్నాడు యెటో చూస్తూ.

"ఏమాలోచిస్తున్నారు."

"మనిషికి ఈ అహంభావం యెందుకో. కుమార్ వాలకం చూస్తే తన్ని తగలేయాలనిపించింది. ఆ ప్రక్కవారి ప్రవర్తన చూచి అంగీకరించాను" అన్నాడు.

"ఇలాంటివారు బోలెడుమంది ఆనంద్. మనం ఏమీ అనలేం. జాలి పడాలి. వారిలోని 'నేను' అన్న అహం చూచి."

"సితార్ ఇంట్లో ఉండిపోయింది. ప్రాక్టీసు చేయాలి." అన్నాడు. ఆమెకేం తోచలేదు. రోజూ స్నేహితుని ఇంటికి వెళ్ళి ప్రాక్టీసు చేసి వచ్చేవాడు. రిషి పుట్టాక, ఇరవైఐదు తారీకు నుండి ఫస్టు వరకు పచ్చడితో గడుపుకునే స్థితి ఏర్పడింది. శ్రద్ధగా పాఠాలు చెబుతుందని మొదట చెప్పించుకున్న వారు వచ్చి ట్యూషనులు చెప్పమంటే కాదనలేక పోయింది కవిత. పిల్లాడికి ఏ అవసరం వచ్చినా ఉంటాయి అనుకుంది. ఈ అయిదారు సంవత్సరాలలో ఆర్థిక పరిస్థితి మధ్య తరగతి మనిషి మనుగడపై లేవలేని దెబ్బతీసింది. క్రిందివాడు, పైవాడు బాగానే ఉన్నారు. కూలీ రెండింతలు మూడింతలు అయ్యింది గాని, జీతాలు పెరిగినా పది, ఇరవై శాతమే పెరిగాయి.

"కవీ! ట్యూషనులు అవసరమంటావా?"

"నాకు నేనుగా అడగలేదండీ. వాళ్ళే వచ్చారు. నాకు తోచాలి కదా!" అన్నది.

"నన్ను మభ్యపెట్టటానికి అనే మాటలు అవి. తోచక పోవటమంటూ ఏముంది? దినమంతా ఇంటిపని, బాబు పనితో సరిపోతుంది."

"అది పనిలో ఒక భాగమే లెండి. ఎలాగు పాటలు పాడి, డబ్బు సంపాదించడం మీరు అంగీకరించరు!" అన్నది.

ఆమె ఒడిలో తల పెట్టుకుని అలాగే పడుకున్నాడు. ఎంతో నిశ్చితంగా ఉంది.

ఫైనార్టు వారి కార్యక్రమం రోజు భర్తపాట వినాలని కొడుకునెత్తుకొని వచ్చింది కవిత. అందరూ స్టేజిమీదికి వచ్చినప్పుడు పిలిచినా రాలేదు ఆనంద్. పాట అనౌన్స్ చేసినప్పుడే వచ్చాడు.

"ఇదుగో శంకర్‌గారూ! మీటింగ్ అయ్యేటప్పుడు నా కుర్చీ కుమారి కరుణశ్రీ ప్రక్కన వేయించు..." ఓ రాజకీయ నాయకుడు సెలవిచ్చాడు.

అది విని నవ్వుకున్నాడు. మొదట రెండు భక్తి గీతాలు పాడి తరువాత శాస్త్రీయ సంగీతం ప్రారంభించాడు. రెండు మూడు రాగాలు ఆలాపించాడు.

శ్రోతల కోరికపై సినిమాలో శాస్త్రీయ గీతాలు కూడా పాడాడు. 'శివరంజని' రాగం యెత్తుకునే సరికి, జనం చప్పట్ల వర్షం కురిపించారు. ఆనందంగా చూస్తున్న కవిత తెరవాలటం గమనించనే లేదు.

"ఆనంద్‌గారి శ్రీమతి కవితగారు యెక్కడున్నా వేదికమీదికి రావాల్సిందిగ్గా కోరుతున్నాము' అనౌన్స్‌మెంటు విన్నది కవిత.

"వాళ్ళకు మతిపోతే ఈయనకు తెలియదా? ప్రాక్టీసు లేక యెలా పాడుతుంది తను?"

మళ్ళీ అనౌన్స్‌మెంటు వచ్చేసరికి జనాన్ని తప్పించుకుని, రిషిని ఎత్తుకుని వేదిక దగ్గరకు వచ్చింది. విపరీతంగా ఆయాసపడుతున్న ఆనంద్ గుండెలమీద చెయ్యి వేసుకుని కూర్చున్నాడు. ప్రక్కనే ఉన్న శంకర్ మంచినీళ్ళు పడుతున్నాడు.

"ఆనంద్ ఏమయింది?" కంగారుగా అడిగింది.

"చాలారోజులయిందిగా అందుకే, ఇంటికి వెడదాం."

"మొదట డాక్టరు దగ్గరకు వెడదాం."

"నా మాట విను కవీ! ఈ రాత్రంతా విశ్రాంతి తీసుకుంటే అదే తగ్గిపోతుంది."

శంకర్ టాక్సీ తెచ్చి, టాక్సీ వాడికి ఉజ్జాయింపుగా డబ్బు లిచ్చేశాడు.

ఇంటికి వచ్చి వెల్లకిలా అరగంట పడుకున్నాడు. ఆయాసం తగ్గింది. హార్లిక్సు కలిపి తెచ్చింది కవిత.

"అరే... అప్పుడే ముఖం పాలిపోయిందేం? ఈ చిన్నదానికేనా?" ఆమె వీపు నిమిరాడు.

"కాదండీ, అక్కడ మీరు ఎగశ్వాస తీస్తుంటే నా గుండె నీరయింది" అన్నది దిగులుగా.

"సాధన ఉండాలి. రేపటి నుండి నువ్వు లేచేటప్పుడు లేపు. ఓ అరగంట సాధన ఉంటేగాని పనులుకావు."

"అలాగే..." రిషిని అతనికిచ్చి, గబగబ వంట చేసింది. ఇద్దరూ భోజనం చేసి పడుకున్నారు.

"కవీ... అబ్బా..." విపరీతంగా మూల్గు వినిపిస్తే హడలిపోతూ లేచిందామె.

"అబ్బా!.... ప్రాణం పోతుంది కవీ!" అన్నాడు. ఆమె నిదురమత్తు వదిలిపోయింది. సమయం చూచింది. రెండు గంటల రాత్రి అయింది. అంతరాత్రి యెవర్ని లేపుతుంది. శేషు బ్రతికి ఉండగా అందరిని కష్టపెట్టింది.

"అబ్బా...., అమ్మా..." మూల్గుతున్నాడు ఆనంద్. జ్వరం కూడా ఉంది. కాపుతూ, అమృతాంజనం యెదకు రాస్తూ నాలుగు గంటల రాత్రి వరకు గడిపింది. నాలుగింటికి ముఖం కడిగింది, బయటవున్న రిక్షాను పిలిచింది. యెప్పుడూ ఆనంద్‌కు మందిచ్చే డాక్టరు దగ్గరకు వెళ్ళింది. ఇస్మాయిల్ వెంటనే వచ్చి పరీక్ష చేసి, ఏదో ఇంజక్షన్ ఇచ్చాడు. ఆనంద్‌ను బల్లమీద వదిలి బయటికి వచ్చాడు.

"చూడు బెహన్! ఇప్పటికే చాలా లాపర్వా చేసినమ్! జల్దీ సిటీ నర్సింగ్ హోమ్‌లో చేర్పించి పరీక్షలు చేయించాలి."

"సిటీ నర్సింగ్ హోమా?" అదిరిపడ్డట్టు చూచింది.

"నేను ఫోన్ చేస్త. డబ్బు మెల్లగ ఇద్దాం. ఇగో సర్కార్, ఆస్పత్రుల చుట్టు తిరిగేదానికి కావాల బోలెడు పైస." తలాడించింది. అనారోగ్యం తనను పరీక్ష చేస్తుందా! శేషు, భర్త! ఆమె అచేతనంగా నిలబడిపోయింది.

"ఏమి కవీ?"

"సిటీ నర్సింగ్ హోమ్‌కు వెళ్దాం పదండి."

"ఎక్సరే అంటున్నాడు ఇస్మాయిల్. ఉస్మానియాకు వెళ్దాం."

"అరే భయి! నా మాట విను. అక్కడ అన్ని ఇంతియాన్లు ఒక్కతనే అయితయి." ఇస్మాయిల్ ఉత్తరం వ్రాసిచ్చాడు.

నర్సింగ్ హోమ్ వాళ్ళు అడ్మిట్ చేసుకున్నారు. వెళ్ళగానే పాలకు, పళ్ళకయినా డబ్బు కావాలి, యెలా? రిషిని యెక్కడ వదులుతుంది? నర్సింగ్ హోమ్‌లో ఉండనివ్వరు.

ప్రాకుతున్నాడు. ఒక్కచోట ఉండడు. ఒక్క వస్తువని లేదు. డాక్టర్లున్నప్పుడు బయటికివస్తూ, దూరంగా ఉన్నది.

"కవీ! కావాలంటే రెండు రోజులుంటుంది రాజమ్మను పిలిపించు" అన్నాడు. నర్సింగు హోమ్ నుండి రెండుసార్లు ఫోన్ చేస్తే మీనాక్షి యెత్తింది. కవిత ఫోన్ పెట్టేసింది.

"ఇదో అదనపు ఖర్చు."

మూడోసారి పీరయ్య యెత్తాడు. జీరపోయిన కంఠముతో విషయం చెప్పింది.

"ఆఁ... అయ్యగారు లేరు. చెబుతాను... అలాగే"

అతని మాటలనుబట్టి అక్కడ మీనాక్షి ఉందని అర్థం అయింది. ఆ సాయంత్రం కృష్ణ తెచ్చిన ఆఫర్లు కాదనలేకపోయింది. మూడు రోజులకు మూడు వందలు వచ్చాయి.

"కృష్ణగారూ! ఆయనతో ఈ మాట అనకండి."

"నాకు తెలియదా?"

"ఇంకెవరయినా పిలిస్తే చెప్పు" అన్నది. అతను వెళ్ళిపోయాడు. రాజమ్మ వచ్చిన తరువాత కవితకు కాస్త ధైర్యం వచ్చింది. పరీక్షలన్నీ రెండు, మూడు రోజులలో ముగిశాయి. ఇస్మాయిల్ ఉండగానే డాక్టర్ శ్రీవత్స కబురుచేశారు.

"నమస్తే..." వెళ్ళి నిల్చుంది.

"రామ్మా! అతనికి ఫ్లూరసి ఉంది. కదలకుండా విశ్రాంతి తీసుకోవాలి. ఇంజక్షన్లతో పాటు మంచి ఆహారం కావాలి. పాఠాలు చెప్పటం, పాటలు పాడటం ఆపెయ్యాలి!" కవితకు కన్నీళ్ళు వచ్చాయి.

"అరే ఏడుస్తార్! భయం లేదు. మంచి కోస్రం చెప్పినాము!" ఇస్మాయల్ ఓదార్చాడు.

"మీరు థర్మామీటరు కొని ఆరుగంటలకోసారి టెంపరేచర్ నోట్ చేయాలి. ఆరు నెలలుగా ఉంది జ్వరం. కాని మీరు ఒళ్ళు వేడయితేనే చూచారు."

అవునన్నట్టు తలాడించింది.

"అతడిని ఇక్కడ ఉంచాలనుకుంటే ఉంచండి. మీ వల్ల కాకపోతే ఇంటి దగ్గరయినా విశ్రాంతి తీసుకోవచ్చు. విశ్రాంతి ముఖ్యం."

"థ్యాంక్స్!" యెలా బయటికి నడిచిందో తెలియదు. అక్కడే పైకివెళ్ళే మెట్లున్నాయి. వాటిమీద కూర్చుని భోరున ఏడ్చింది.

"కవితగారూ! మీవారు పిలుస్తున్నారు" సిస్టర్ చెప్పి వెళ్ళిపోయింది. లేచి బాత్‌రూములో కళ్ళు కడుక్కుని గదిలోకి వెళ్ళింది. ఆనంద్ ఆమె ముఖం పరీక్షగా చూచాడు.

"కవీ!డాక్టరు ఏమన్నాడు? ప్రమాదం అన్నాడా?"

"లేదండి.విశ్రాంతి అవసరం అన్నాడు" అంది యెంతో నిగ్రహం చూపుతూ.

"మరి నీ ముఖం అలా వుందేమిటి? ఇలా దగ్గరగా రా!"

అతని దగ్గరగా వెళ్ళింది.

"కవీ!మందులు, విశ్రాంతి ఇవ్వలేని ఆరోగ్యం నీ చిరునవ్వు ఇస్తుంది డియర్!" అన్నాడు ఆమె చెయ్యిపట్టి కూర్చుండబెట్టుకుని.

నవ్వుతూ పండు ఒలిచి పెట్టింది.

"రెండు రోజులుండి వెళ్ళిపోదాం" అన్నది.

"ఇక్కడ చాలా అవుతుంది కదూ!"

"అదంతా మీరు ఆలోచించకండి. మీరు ఆరోగ్యవంతులయి డాక్టరు ఇస్మాయిలు అప్పు చెల్లిద్దరుగాని" అతని చేయి చెంపకు ఆన్చుకుంది. రాత్రి పీరయ్య వచ్చి పడుకున్నాడు దగ్గర.

"ఆస్తిలో వాటా కోసం దావా వెయ్యండమ్మా!" సలహా ఇచ్చాడు.

"ఆలోచిద్దాం" అన్నది నవ్వుతూ.

మర్నాడు కాస్మోపాలిటన్ కల్చరల్ క్లబ్‌లో పాడింది. వాళ్ళు మెచ్చుకుని షీల్డు ఇవ్వబోతే అంగీకరించలేదు!

'మేము పెయిడ్ ఆర్టిస్టులం. మాకు షీల్డు, పేపరులో పేర్లు అక్కరలేదు" కఠినంగా చెప్పింది.

"పబ్లిసిటీ లేకపోతే యెలా. భలేవారు గనుక..."

ఆమె చెక్కు తీసుకుని వచ్చేసింది.

మర్నాడు భోజనం తీసుకుని ఆస్పత్రికి వచ్చేసరికి ఆనంద్ సీరియస్‌గా ఆలోచిస్తూ పైకప్పుకేసి చూస్తున్నాడు.

"మూడు నాలుగు రోజులయింది కదూ గడ్డం గీసుకోక? తమాషాగా కనిపిస్తున్నారు" అన్నది అతని ప్రక్కన కూర్చుని.

'కవీ! నాపై గౌరవముందా?"

"అదేమిటి అలా అడుగుతారు?"

"ఈ డబ్బు ఎక్కడిది? పాట పాడి సంపాదిస్తున్నావు! అవునా?"

"అబ్బే లేదు!" అన్నది తడబడుతూ.

"ఇదేమిటి?" ప్రక్కనే ఉన్న వార్తా పత్రిక అందించాడు. పెద్ద పెద్ద అక్షరాలతో తన ప్రతిభ పొగిడారు.

"ఆనంద్ మీకు ఆరునెలలు విశ్రాంతి కావాలి. మరి మనం ముగ్గురం బ్రతకాలి."

"కళలు అమ్ముకుని బ్రతికేకంటే చావడం నయం!" అన్నాడు తీవ్రంగా.

భర్త మాటలు కవితకు ఈటెల్లా తగిలాయి.

"డిగ్రీలు సంపాదించటం కూడ ఒక కళేగా!విద్య విజ్ఞానం కోసం కాక వృత్తిగా యెందుకు మార్చారు!"

భార్య అంత తీవ్రంగా ప్రశ్నిస్తుందని అనుకోలేదు?

"మీరు ఇలా ఆలోచిస్తారనే గీత సహాయం నిరాకరించాను. దయచేసి మనసు ప్రశాంతంగా ఉంచుకోండి."

"మనిషికి తను నమ్మిన సిద్ధాంతాలపట్ల ఉన్న గౌరవం మరి దేనిపట్ల ఉండదేమో!" అన్నాడు యెటో చూస్తూ.

"ఇంతకీ మీరు అనేది ఏమిటి?"

"అనడానికి, ఆచరించడానికి అశక్తుడను. నువ్వు ఇప్పుడేం చేసి సంపాదించి పెట్టినా అంగీకరించాలి!" అతని ముఖం తిప్పుకున్నాడు.

"ఉహు! ఇంతకంటే ఏదయినా వెుుండిబాకుతో నన్ను పొడిచి చంపేయండి!" అన్నది బాధగా. భర్త పట్టుదల ఏమిటో అర్థం కాలేదు.

ఆనంద్‌ను డిశ్చార్జి చేశారు. ఇస్మాయిల్ వారానికోసారి వచ్చి చూస్తానని, తన కాంపౌండర్ రోజు వచ్చి చూస్తాడని, ఇంజక్షన్ చేస్తాడని చెప్పాడు. బిల్లు ఇచ్చేసింది కవిత.

ఇంటికి వచ్చినా ఆనంద్ సంతోషంగా లేడు. ఒక విధమైన కాంప్లెక్సుతో బాధపడుతున్నాడేమో ననిపించింది. శాంభవితో నవ్వుతూ మాట్లాడేవాడు. కవితను చూడగానే ముఖం మారిపోతుంది.

కవితకు ఏం చేయాలో తోచడం లేదు.

ఆశయాలు ఉండటం మంచిదే, ఆచరించటం తేలిక!

"అక్కా! మొదట్లోనే శేషుకు వైద్యం చేయిస్తే బ్రతికేవాడు. మూర్ఖంగా వాడిని దూరం చేసుకున్నాము. బావను, రిషిని దక్కించుకోవాలంటే నీ మూర్ఖత్వం వదిలేయి. నేను వ్యభిచరించి డబ్బు సంపాదించలేదు!" ఆ ఉత్తరం మళ్ళీ మళ్ళీ చదువుకుంది. తనేం చేయాలి? ఏ విషయానికి ఆనంద్ సహకరించడు. తను భర్తను ఆకలితో మాడ్చి చంపుతుందా!

భర్తను, కొడుకును రక్షించుకునే మార్గమే కనబడలేదు. రాత్రింబవళ్ళు ఆలోచిస్తుంది.

17

రంగనాథరావుకు ఆందోళనగా వుంది. కొడుకు స్థితి చాలా ప్రమాదకరంగా వుందని పీరయ్య చెబుతున్నాడు. తను వెళ్ళాలంటే అహం అడ్డు వస్తుంది. కబురు చెయ్యని కోడలు కాఠిన్యానికి మండిపడుతున్నాడు.

"నమస్తే."

తలయెత్తి చూచాడు. ప్రత్యర్థి ప్రత్యక్షమయింది. అతని రగిలే హృదయం భగ్గుమంది. తన హృదయాన్ని ముక్కలు చేసి కొడుకును దూరం చేసిన దుష్టురాలు.

"మీతో ఏకాంతంగా మాట్లాడాలని వారం రోజులుగా ప్రయత్నిస్తున్నాను. మీ శ్రీమతిగారుంటే మీరింకా కఠినంగా మారిపోతారని భయం."

"నువ్వూ నీ ప్రయత్నమే నన్ను రాయిలా మార్చింది."

"ఇప్పుడు తప్పొప్పుల పట్టిక చర్చించుకునే సమయం లేదు. మీ కొడుకును రక్షించుకోండి!" బ్రతిమాలే ధోరణిలో అంది.

"ఓహో! నా కొడుకు అని తెలిపినదానవు. వాడి అనారోగ్యం గురించి తెలిపావా?"

"నేను తెలిపాను. మీ శ్రీమతిగారు మీదాకా రానివ్వలేదు. తరువాత ఏ శిక్ష విధించినా అనుభవిస్తాను" చేతులు జోడించింది.

"ఏం ధైర్యంగా వైద్యం చేయించలేవూ?"

"అక్కడ అతను అనారోగ్యంగా ఉన్నాడంటే దెప్పటాని కిదా సమయం!" ఆమె రోషంగా అడిగింది.

"నువ్వు ఉన్నావుగా!"

"ఉన్నాను. నన్ను నేను వేలం వేసుకుని అయినా సరే మందిప్పించాలని ఉంది. కాని అతను వినటంలా. కళ కళ కోసం, కాలక్షేపం కోసం అంటున్నాడు. ఈ స్థితిలో నేను ఉద్యోగం చేసినా ఒక్కపూట తిండికి చాలదు."

"ఆ విషయం ఇప్పుడు తెలిసిందా!"

క్రూరంగా చూస్తూ వచ్చింది మీనాక్షి.

"మీకో నమస్కారం పెడతాను. కరుగుతున్న ఆయన హృదయాన్ని కరుడు కట్టించకండి!" రెండు చేతులు జోడించింది.

"నోరుమూసుకో! నీ వల్ల మా కుటుంబమే తల ఎత్తుకోలేకపోతుంది!"

"ఏమండీ. ఇది తర్కవితర్కాలకు సమయంకాదు." రంగనాథరావు వేపు చూచింది.

"ఆయనతో మాట్లాడేముందు నేను చెప్పేది విను. మా ఇల్లు అమ్మి అయినా ఆనంద్‌ను రక్షించుకుంటాము. ఆనంద్ జీవితంలో నీ పాత్ర సమాప్తం కావాలి!" మీనాక్షి అడిగింది.

"స్త్రీగా సాటి స్త్రీని అడిగే ప్రశ్నేనా?" కన్నీరు ఒత్తుకుంది.

"ప్రశ్నలు, జవాబులు కాదు. ప్రాణం ఖరీదు..."

"అలాగే... ఆయన యెక్కడున్నా క్షేమంగా ఉంటే చాలు. మళ్ళీ ఆయన జోలికి రాను..." ఆఖరుగా అతి ప్రయత్నంమీద అన్నదా మాట.

"ఓహో! పబ్బం గడుపుకోవటానికా?"

"ఆయనమీద ప్రమాణం చేస్తున్నాను...." అన్నది తీక్షణంగా చూస్తూ.

మీనాక్షి ఖంగుతిన్నది. ఇంత తేలికగా తన షరతుకు కవిత అంగీకరిస్తుందని ఊహించలేదు. ఆమె ప్రణాళిక తలక్రిందులయింది. కాసేపు ఆలోచించింది.

"మా వాడికి పుట్టిన పిల్లవాడున్నాడు. వాడు నీ దగ్గరుంటే త్రెంచుకున్నా తెగనిబంధం ముడిపడి ఉంటుంది. కాబట్టి వాడిని వదిలిపోవాలి..."

"రి.షి.ని. వదిలిపోవాలా!" తెల్లబోయింది.

"ఏం వాడిని నువ్వు తెచ్చావా?"

"అవునమ్మాయ్! వాళ్ళిద్దరిని మాకు వదిలివేయి. మీ చెల్లెలి ఫోటోలు చూచిన యెవరయినా మన బంధుత్వం త్రవ్వి అవమానం చేస్తారు" రంగనాథరావు అన్నాడు.

"అవును, దూరంగా ఉన్నప్పుడే సూర్యారావు భార్య వెటకారం చేసింది" వంతపాడింది మీనాక్షి.

ఆమెకు చాలా ఆనందంగా ఉంది. తిరుగులేని బాణం వేసింది తను. తనవారికి ఆస్తి హస్తగతం అయ్యేవరకు ఆనంద్ నీడకూడా తన ఇంటిమీద పడరాదు. భర్తను ఒదులుకుంటుందేమో కాని కొడుకును వదులుకోగలదా?

రంగనాథరావు ఆలోచనలు ఆకాశానికి నిచ్చెనలు వేస్తున్నాయి. మరో స్నేహితుని కూతురు ముదిరిపోయిన బ్రహ్మచారిణి బోలెడు ఆస్తి, ఆనంద్‌ను తనవేపు తిప్పుకుంటే హాయిగా, ఈ ఆర్థిక ఇబ్బందుల నుండి బయటపడతాడు! ఆగర్భ శ్రీమంతుడు బీదవాడుగా నలుగురితో మసలాలంటే మాటలా!

కవిత అణువణువు కంపించిపోయింది. బాబును గుండెలకు అదుము కుంటే యెంత హాయి! యెంత మనఃశ్శాంతి! తన రక్తం పంచుకున్న బిడ్డను వదిలి వేస్తుందా!

"బీద, సాదలకు రావాల్సిన జబ్బులు కావు, వెళ్ళి మీ మామగార్ని ఆశ్రయించు" శ్రేయోభిలాషుల సలహా.

"అనవసరమైన పట్టింపులతో శేషు పోయాడు, బావను, రిషిని అయినా కాపాడుకో" చెల్లెలి హెచ్చరిక.

"కొడుకు ఆరోగ్యం దెబ్బతింటే చూస్తూ ఊర్కుంటాడా! వెళ్ళి అడగమ్మా!" రాజమ్మ సలహా.

అన్నీ మననం చేసుకుంది.

తన స్వార్థానికి సెంటిమెంట్లకు బానిసయి భర్తను చంపుకుంటుందా! అలా అని తన ప్రియమైన రిషిని వదులుకుంటుందా? ఏం చేయాలి!

మీనాక్షి కసిగా నవ్వుకుంది.

వేడిగా ఉన్నప్పుడే దెబ్బవేసి సాగదీయాలనే తత్వం.

"ఆలోచించు. మీ వివాహం జరిగాక ఆయన బయటి ప్రపంచానికి ముఖం చూపలేదు. ఏదో కన్నకడుపు తీపి! అన్నీ వదులుకుని వస్తే సరే, సరి. లేకపోతే మాకు సంతానమే లేదనుకుంటాం."

ఇద్దరిని మార్చి మార్చి చూచింది కవిత. కరుడుగట్టిన కార్పణ్యమే తప్ప, కరుణ చూడలేకపోయింది.

"సరే! మీ షరతులన్నీ అంగీకరిస్తున్నాను. నాకు గ్రుక్కెడు విషం ఇచ్చి త్రాగమన్నా త్రాగుతాను. మొదట ఆయన విషయం చూడండి" అన్నది అతి శాంతంగా, మెల్లగా.

"నీ మాట నమ్మమనేనా!" రంగనాధరావు అడిగాడు.

"నమ్మి చూడండి."

"నంగనాచి మాటలు మాకు చెప్పొద్దులే. టింగురంగా అని అతను ఆరోగ్యవంతుడయితే, నీ దగ్గరకు రాక ఏం చేస్తాడన్న ధీమా కదూ!" మీనాక్షి వెటకారం చేసింది.

"ఏమండి రంగనాథరావుగారూ! మీరు ఏది కోరినా కాదనలేను. ఆయన నా దగ్గరకు రారు. నా పేరంటే ఏవగించుకునే పరిస్థితి ఏర్పడుతుంది. సరేనా!"

ఈసారి ఆమె మాటలు చాలా పదునుగా, తీక్షణంగా ఉన్నాయి.

"వెళదాం పద" రంగనాథరావు చెప్పులు వేసుకుని వచ్చాడు.

"వస్తావా మీనా?"

"వాడు నిర్లక్ష్యం చేసినా మనకు తప్పదుగా!"

అందరూ కారులో కూర్చున్నారు.

"నేను వచ్చి మిమ్మల్ని ఇలా బ్రతిమాలి తీసుకువచ్చానని వారికి తెలియకూడదు."

"ఆ సంగతి తెలుసు" అన్నాడాయన.

నర్సింగ్ హోం చేరారు. అప్పటికే వారం రోజులయింది. ఆనంద్ అక్కడ కోలుకోవటానికి బదులు, మరీ కృంగిపోయాడు. అతని అనారోగ్యం యెందుకో, యెవరు రావాలో ఊహించింది కవిత.

కవిత ముందు వెళ్ళింది. దగ్గర కూర్చున్న కృష్ణ కళ్ళతోనే ప్రశ్నించాడు. తలూపింది.

"వచ్చావా కవితా! ఇంటికి వెళ్ళిపోదాం.ఇక్కడ ఉంటే నీ గొంతు కాదు అమ్మేది, నీవే అమ్ముడవ్వాలి!"

"అలాగే..."

అప్పుడే వచ్చినట్టు రంగనాథరావు, మీనాక్షి, వచ్చారు.

"నందూ!" చిక్కి శల్యమైన కొడుకును చూచి రంగనాథరావు కదిలిపోయాడు. తల్లిపోవటం తనెంత ప్రేమగా పెంచింది గుర్తుకు వచ్చింది. కొడుకును పరామర్శించి నర్సింగ్ హోమ్‌ను తలక్రిందులు చేసినంత పనిచేశాడు. డాక్టర్లు వచ్చారు, బయటి నుండి స్పెషలిస్టులు వచ్చారు.

ఆరోజు ఆనంద్‌కు నిశ్చింతగా ఉంది. తనేమయినా కవిత, రిషి అన్యాయం కారు.

"నాన్నా! కవితను, రిషిని ఇంటికి తీసుకువెళ్ళండి."

"అలాగే" అన్నాడు. అందరి ముఖాలు కలకలలాడాయి.

18

"పూనమ్‌బార్'లో పూనకం వచ్చినట్టు ఊగుతున్నారు పాటగాళ్ళు, పాటకత్తెలు, కారు దిగిన ఆనంద్‌కు చెయ్యి అందించాడు రంగనాథరావు.

"కవితా... కవితా అన్నావ్? బజారు మనుష్యులు, ఇల్లు భర్త ఎందుకు?" అన్నాడు. ఇద్దరు వెళ్ళి ఓ ఖాళీ టేబుల్ ముందు కూర్చున్నారు.

"నందూ! ఇక నుండి నాకోసం బ్రతుకుతానన్నావు. పునర్జన్మ అన్నావు గుర్తుందా?"

"పదేపదే ఆ విషయం ఎందుకు గుర్తు చేస్తున్నారు?"

"నిన్ను కించపరచాలని కాదు నందూ! ఆ అమ్మాయిని అమితంగా ప్రేమించావ్! ఏ స్థితిలో చూచినా తట్టుకోవాలి...."

అతని మాట పూర్తికాకముందే వాయిద్యాలు మ్రోగాయి. కుమార్ మైక్ ముందుకు వచ్చి నిలబడి, 'లేడీస్ అండ్ జంటిల్‌మెన్ నైటింగేల్ ఆఫ్ ట్విన్ సిటీస్' అనౌన్స్ చేశాడు.

అంతవరకు అటు తిరిగి ఉన్న అమ్మాయి మైక్ ముందుకు వచ్చింది.

ఆనంద్ కళ్ళు నులుముకుని మరీ చూచాడు. తన కవిత, మాక్సీలో, మైక్ ముందు.! లేవబోయాడు. తండ్రి చెయ్యిపట్టి ఆపాడు.

"త్రూ....తరర్ర....తూ...ఓ...ఓ...ఓ..." అంటూ పూనకం వచ్చిన దానిలా ఊగుతుంది.

"మీరుండండి నాన్నా" ఆనంద్ లేచాడు.

"ఆనంద్! వివేకంతో పనులు జరపాలి. ఇలాంటి తెగించిన వాళ్లకు ముఠా ఉంది. ఇదేం సినిమా కాదు, చిత్తుగా అందరిని ఓడించి బయటపడటానికి" అన్నాడు తండ్రి.

ఆనంద్ తన కళ్ళను తాను నమ్మలేకపోయాడు. తన కవిత ఇలాంటి చోట!.... తలయెత్తి చూచాడు. అక్కడే నిలబడిన కుమార్ ఆమెకు భుజంతో ఢీ ఇచ్చి చప్పట్లు కొట్టాడు. అందరూ నవ్వారు. అతి మనోహరంగా కవిత నవ్వింది.

ఆనంద్ ఆగలేకపోయాడు.

"కవితా!" పులిలా ముందుకు దూకాడు. వాయిద్యాలు ఆగిపోయాయి. అందరూ ఆశ్చర్యంగా చూచారు.

"సిగ్గులేదూ! అన్ని కళలకు అందం, వికారం ఆపాదించవచ్చని నీతులు చెప్పిన నువ్వా ఇంతకు దిగజారి పోయింది?" ఆమె రెక్క దొరకబుచ్చుకున్నాడు.

"ఏమిటి గొడవ! మీ భార్యను అయితే ఇంట్లో, ఇక్కడ పెత్తనం చలాయిస్తే, మర్యాద దక్కదు..."

"కవితా!... ఏమన్నావు?" రెక్కలుపట్టి ఈడ్చాడు.

"సాబ్! వదిలేయండి. వెయ్యి రూపాయలు యిచ్చి కుమార్‌గారు సరదాగా కచ్చేరీ చేయిస్తున్నారు. మీరు అల్లరి చేస్తే మా పరువు పోతుంది" హోటల్ మేనేజర్ బ్రతిమాలాడు.

"పద నందూ...." రంగనాథరావు కొడుకును లాగాడు.

చెయ్యి విదిలించుకు వెళ్ళిన కవిత మళ్ళీ పాడుతుంది. అక్కడ ఉండలేక ఇంటికి వచ్చాడు.

బోనులో పడిన పులిలా తిరుగుతున్నాడు ఆనంద్. తనకు సుఖపడే గీత లేదేమో! తల్లితండ్రులకు దూరంగా ఉన్న రోజులు కవిత ప్రక్కనుంది. వారు దగ్గరయ్యారు. సంపాదన సమస్యలేదు. కవిత యెందుకిలా తయారయింది.

"అమ్మా..." రిషి లేచాడు. వెళ్లి కొడుకును యెత్తుకున్నాడు.

"అమ్మా....ఆఁ....." రిషి రాగం తీశాడు. వాడిని రాజమ్మకు అప్పగించాడు. తను చచ్చిపోయినా బాగుండేది అనుకున్నాడు.

పన్నెండు దాటుతుండగా కుమార్ కార్లో వచ్చింది కవిత.

"బై...." కుమార్ వెళ్ళిపోయాడు. ఆమె ముఖాన పట్టిన చెమట తుడుచు కుంటూ వెళ్ళిపోయింది లోపలికి.

"కవితా! ఆగు...."

"ఏమిటి? రేపు మాట్లాడుకుందాం. అర్ధరాత్రి న్యూసెన్స్!" అన్నది విసుగ్గా.

"నా మాటలు న్యూసెన్స్‌గా కనిపిస్తున్నాయా? ఏం చేశావ్ ఆ వెయ్యి రూపాయలు! డబ్బుకు గడ్డి తింటావా!"

"ఆ డబ్బు చుట్టే ప్రపంచం తిరుగుతుంది" మాట, మాట పెరిగింది. వాదోపవాదాలు తీవ్ర స్థాయిని అందుకున్నాయి. కవిత మాట్లాడే తీరు చూస్తే ఆమె అలా మాట్లాడగలదని ఊహించనైనా లేదు.

"ఓహో! చాలావరకు వచ్చింది విషయం. నా నిర్ణయము కూడా విను. ఇల్లు కదిల్తే మళ్ళీ ఇంట్లోకి రావద్దు!"

"ఆల్‌రైట్! అలాగే వెళ్ళిపోతాను." ఆమె ప్రాధేయపడుతుందనుకున్నాడు. అతని హృదయం భగ్గుమన్నది.

"తక్షణం నడు!" తర్జనితో బయటకు దారి చూపాడు.

"నా రిషి…." అన్నది.

"నీవే వీధుల పడతావ్! వాడెందుకు? వాడిపై నీడ కూడా పడరాదు…"

"బై…." చటుక్కున వెనుతిరిగి, చీకట్లో కలిసిపోయింది. అంతా నాటకంలా ఉంది. కవీ…కవీ…! అంటూ అతని హృదయం ఆక్రోశించింది. తల పట్టుకుని సోఫాలో కూర్చుండిపోయాడు. అంతా నాటకంలా జరిగింది.

"నందూ ! లేరా….. నా కోసం ! ప్రపంచాన్ని ఇప్పుడే చూస్తున్న ఆ పసివాడికోసం, నీ ఆరోగ్యం జాగ్రత్తరా… జాగ్రత్త!" కన్నీటితో అర్థించాడు రంగనాథరావు.

కరిగిపోయాడు ఆనంద్.

"వద్దు నాన్నా! వద్దు. నా కోసం కంటతడిపెట్టకండి. ఆ మూర్ఖురాలు తన జీవితం నాశనం చేసుకుంది. నన్ను, నా మాట కాదన్న ఆమెకేం విలువ లేదు…" కళ్ళు తుడుచుకుని లేచాడు ఆనంద్. కాని నిదురాదేవి వెలివేసింది.

యెన్ని రాత్రులు కవిత వడిలో పడుకుని 'చందనచర్చిత' విన్నాడో! యెన్ని రాత్రులు తన వడిలో పడుకున్న కవితకు తన పాట వినిపించాడో! అంతా మరచి పోగలడా! మరచిపోలేదు, కాని మరచిపోవాలి. ఇంకా అతనికో ఆశ ఉంది. ఆవేశంలో వెళ్ళిన కవిత యెప్పుడో అప్పుడు తిరిగి వస్తుందని. తెల్లవారింది, అలాంటి రాత్రులు, పగళ్ళు యెన్ని గడిచినా కవిత రాలేదు.

రిషి రాజమ్మకు అలవాటు పడిపోయాడు. ఆనంద్‌కు కవిత మీద కోపం, ద్వేషంగా మారింది. 'హుఁ…. తను లేకపోతే దేవదాసును అవుతానని భ్రమపడింది'

అని పళ్ళు కొరుక్కున్నాడు. అతను ఆమె లేకపోవడం వల్ల బాగు పడ్డానని ఆమెకు, లోకానికి చూపాలని కృతనిశ్చయుడయ్యాడు.

అతని తండ్రి వ్యాపారం చేద్దామని నిశ్చయించుకున్నాడు. దిగితేగాని లోతు తెలియనట్టు అయిందా ఇంటి స్థితి. ఇల్లు తనఖాలో వుంది. పొలం మార్టిగేజ్ చేశారు. అది విడిపించుకుని పరువు కాపాడుకోవాలి.

"ఇన్ని అప్పులు యెందుకు చేసినట్టు పిన్నీ?"

"నా కూతుళ్ళకు పెళ్ళిళ్ళు చేశాను, కొడుకులకు చదువులు చెప్పించాను!" అంది వెటకారంగా.

"ఆ మాటే అడుగుతున్నాను. అలాంటి శుభకార్యాలు ఏం చెయ్యలేదు కదా!"

"కూర్చుని తింటే కొండలు కరుగుతాయి. నువ్వు శాంతినికేతన్ వెళ్ళాక మీ నాన్న వ్యాపారం బాగా దెబ్బతిన్నది. సూర్యారావు అమ్మాయిని చేసుకుంటే అంతా బాగుపడుతుందనుకున్నాను. అంతా తారుమారయింది" అన్నది నేరం అతనిపైకే నెట్టేస్తూ.

ఆవిడ లేచి వెళ్ళిపోయింది. ఆనంద్ తండ్రి వంక తిరిగాడు. రంగనాథ రావు అపరాధిలా తల వంచుకున్నాడు.

"నాన్నా! ఇకనుండి వంద రూపాయలకు పైగా ఏ ఖర్చు పెట్టినా ముగ్గురం చర్చించుకోవాలి."

"అలాగే నందూ" అన్నాడు. కొడుకు మాట మన్నించి, తన మాట మన్నింపబడేలా చేసుకోవాలి అని సంకల్పించాడు. ఆనంద్ చికాకుగా పైకి వెళ్ళాడు. రిషిని ప్రక్కమీద నిదురబుచ్చి రాజమ్మ యెదురు వచ్చింది.

"బాబూ! కోడలమ్మ మనసు బంగారం. వీళ్లే ఏదో చేశారు" చెప్పబోయింది. గఁయ్‌న లేచాడు.

"ఏం? యెవరో, ఏదో చేస్తే మగడు, పిల్లడు ఉన్నారన్న జ్ఞానముందా! మమ్మల్నిలా వదలి వెళ్ళిపోయింది. ఆమె మాట నా ముందు యెత్తకు..." అన్నాడు. ఇల్లూ, వాకిలి వదిలి వెళ్ళిపోదాం అనుకున్నాడు. మంచం దగ్గరగా నడిచాడు. అమాయకంగా నిదురబోతున్న రిషి కనిపించాడు.

వాడి కోసం బ్రతకాలి. అపును వాడికి జన్మనిచ్చాడు. అనాధను చేసే అధికారం లేదు, లేదు అనుకున్నాడు.

వారం రోజుల తరువాత మీనాక్షిని పిలిచాడు.

"పిన్నీ! అందరిలాగే మాతోపాటు భోజనం చేస్తూ ఉండాలనుకుంటే ఉండు. మునుపటిలా ఖర్చులు చేస్తాననుకుంటే, తాకట్టులో లేని వండ్లగూడెం పొలం వ్రాస్తాను. వెళ్ళి నీ యిష్టం వచ్చినచోట ఉండు" అన్నాడు.

"నందూ!" రంగనాధరావు అరిచాడు. సంసారం వదలి పోవటానికి కవితలాంటి బజారు మనిషా తన భార్య.

"నువ్వు అప్పులు తీర్చి ఉద్ధరిస్తావన్న నమ్మకం లేదు. ఆ పొలం తీసుకుని వెళ్లిపోతాను" మీనాక్షి నిర్ణయం చెప్పింది.

"మీనా!" ఆశ్చర్యంగా చూచాడు రంగనాధరావు.

"యెందుకంత ఆశ్చర్యం? పిల్లాజెల్లా లేకపోయినా నిశ్చింతగా బ్రతుకుతాను. ఈయన చాకిరి అయింది. ఈయన పిల్లడి చాకిరి మిగిలింది" నిరసనగా అన్నది.

"పిన్నీ! నీకు మంచిదని తోచింది చేయి. నా పిల్లాడి గురించి బాధ పడకు."

పొలం రాయించుకుని వెళ్ళిపోయింది మీనాక్షి. రంగనాధరావు దాదాపు ఏడ్చినంత పని చేశాడు.

"నాన్నా! ఈ అత్తాకోడళ్ళ వరస చూస్తే స్త్రీ జాతినే నరికి వేయాలని పిస్తుంది."

"వద్దురా! అలా అనకు... అంతా అలా ఉండరు..." అన్నాడు బాధగా. అవుట్ హౌస్‌లోకి మారి ఇల్లు అద్దెకిచ్చారు. కారు అమ్మివేశారు. వేలల్లో ఉన్న అప్పు వందల్లోని సంపాదనతో తీరిపోతుందా? పరిస్థితులకు తట్టుకోలేక రంగనాధ రావు మంచం పట్టాడు.

"నందూ ! ఈ విషయము నుండి బయటపడాలంటే నేను చెప్పిన సంబంధం చేసుకోరా..."

"నాన్నా! మీకు సంబంధంతో పనిలేకుండా ఈ అప్పులు తీరిస్తే చాలుగా.."

"అందుకేరా నా తాపత్రయం!"

"మీరు నిశ్చింతగా ఉండండి..."

అతను బయటికి వెళ్ళాడు. పిచ్చిగా తిరుగుతూ తనూ, కవిత కలసి ఉన్న ఇంటిముందు ఆగిపోయాడు. యెన్నో మధురస్మృతులు మరచిపోగలడా!

"ఆనంద్‌బాబూ? రా నాయనా!" ఇంటావిడ.

అతను వెళ్ళి కూర్చున్నాడు. అక్కడ తను, కవిత కలసి పాటలు, దొంగ వేషాలు అన్నీ గుర్తుకు వచ్చాయి. 'నా ప్రాణంపోయినా మీ చేతులుమీదుగా పోవాలి' అన్న కవిత యెందుకిలా చేసింది.

"ఏమండోయ్! మీ భార్య మిమ్మల్ని వదిలేసిందటగా!"

"ఊఁ...." అన్నాడు ఆనంద్. శాంభవి విలాసంగా నవ్వుతుంది. అక్కడ ఉండాలనిపించలేదు.

"మళ్ళీ వస్తాను..." లేచాడు.

"ఏమిటో నాయనా అంతా ఖర్మ! బంగారంలాంటి పిల్ల ఇలా అయిపోయింది" అన్నది ఇంటావిడ. కవితను ఎంత ఏవగించుకున్నా, యెవరయినా కవిత మంచితనం చర్చిస్తే క్షణం మైమరచి వింటాడు.

అతను కృష్ణ ఇంటికి వెళ్ళాడు. అతనింటిముందు నల్గురు కూర్చుని కబుర్లు చెబుతున్నారు.

"రా ఆనంద్! ఇతనే నేను చెప్పిన ఆనంద్" వాళ్ళకు పరిచయం చేశాడు. అందరూ నమస్కరించారు.

"వీళ్ళు 'క్రాంతి చిత్ర' నిర్మాత, దర్శకుడు, పార్టనర్స్" పరిచయం చేశాడు. అందరూ కాసేపు ఇప్పుడు వచ్చే తెలుగు సినిమాల తీరుతెన్నులు చర్చించుకున్నారు.

"వస్తాం...." వాళ్ళు వెళ్ళిపోయారు. గేటువరకు వెళ్ళాడు కృష్ణ.

"మరోసారి ప్రయత్నం చెయ్యండి..." అన్న మాటలు వినిపించాయి ఆనంద్‌కు.

కృష్ణ వచ్చాడు. వాళ్ళ మంచితనం, ఎక్స్‌పెరిమెంటుగా సినిమాలు తీయాలనుకునే తత్వం చెప్పాడు.

"నీ గురించి చాలా విన్నారట...."

"ఆ సంగతి వదిలేయి. నీ కార్యక్రమాలు ఏమున్నాయి?"

"నా కార్యక్రమాలు యెప్పుడూ ఉండేవే. ప్రసిద్ధ దర్శకుడు పద్మనాభశాస్త్రికి సన్మానం... మరిచాను, పద్మనాభశాస్త్రిగారు కవితచేత సినిమాలో పాడిస్తున్నారు తెలుసా..."

"అబ్బబ్బ! ఆ విషయం తప్ప మరేం గుర్తుండదా..." విసుగ్గా లేచి వచ్చేశాడు ఆనంద్. అతనికోసం రాజమ్మ కాచుకుని కూర్చుంది.

"భీమా కంపెనీ నుండి యెవరో వచ్చారు బాబూ! అప్పటి నుండి అయ్యగారు మరీ బాధపడుతున్నారు" అన్నది.

"ఏమయింది?"

"అక్కడ కూడా ఏదో లోన్లున్నాయట."

"మైగాడ్!" అతనలాగే బయట కూర్చుండి పోయాడు.

"అన్నీ బల్లమీద పెట్టానయ్యా." అని రాజమ్మ వెళ్ళిపోయింది. తల పట్టుకుని కూర్చున్నాడు.

19

అధునాతనంగా అలంకరించిన హాల్లో, సోఫాలో పడుకుని ఛేజ్ నవల చదువుతుంది గీత.

"మిస్ షబ్నమ్ మీ కోసం యెవరో వచ్చారు." సెక్రటరీ వచ్చి వినయంగా చెప్పాడు. గీత విసుక్కుంది. అభిమానులుంటే ఉండవచ్చు గాని, వేళా పాళా లేకుండా వస్తారు. అది పరమ చికాకు.

"అప్పాయింట్‌మెంటు ఉందా?" అన్నది అప్రసన్నంగా.

"లేనట్టుందండి. కవిత వచ్చిందని చెప్పండి చాలు అంటుంది."

"ఏమిటీ! ఏమన్నారు? కవిత వచ్చింది అన్నదా?" ఒక్క ఉదుటున లేచింది గీత. అతని జవాబుకు యెదురు చూడకుండా బయటికి వచ్చింది.

పోచంపల్లి చీర కట్టుకున్న కవిత లేచింది.

"అక్కా!"

"గీతా...." కవిత కళ్ళు నీటితో నిండిపోయాయి. ముందుకు వచ్చి, చెల్లెలి భుజాలపై చేతులు వేసింది.

"అక్కా! బావ, బాబు ఏరి?" అన్నది అటు, ఇటు చూచి.

"వాళ్ళను వదిలేసి వచ్చాను" అన్నది వంగి సూట్‌కేసు తీసుకుని. అవి అందుకుంది గీత. పనివాడిని పిలిచి ఇచ్చింది.

"రా అక్కా!" ఇద్దరు ఇంట్లోకి వచ్చారు. ఆశ్చర్యంగా చూస్తున్న సెక్రటరీకి అక్కను పరిచయం చేసింది. అతను నమస్కరించాడు.

"మీరు వెళ్ళి నా వర్క్ ఏదయినా వుంటే కేన్సిల్ చేయండి. పొన్నమ్మా! వేడిగా టీ తీసుకురా" అన్నది.

కవిత ఇంటికేసి ఆశ్చర్యంగా, కళ్ళు పెద్దవి చేసి చూసింది.

"ఇప్పుడు చెప్పక్కా! ఏం జరిగిందో?" కవిత చేయి తీసి చెంపకాన్చుకుంది.

"ఏం చెప్పను గీతా!" మెల్లగా జరిగింది చెప్పింది.

"అక్కా! నేను చచ్చిపోయాను అనుకున్నావా?" అన్నది కోపంగా.

"లేదు గీతా! నేను పాడితేనే ఆయనకు గిట్టలేదు. నీ డబ్బు ముట్టు కుంటారా? కళలకు అర్థం, పరమార్థం ఏమిటని ఆలోచించే విశాల భావం లేదు" అన్నది నిట్టూరుస్తూ.

"ఈ కాలంలో ఇంత మూర్ఖులుంటారా?" గీత అడిగింది.

"సాంఘిక విలువలే అర్థం లేకుండాపోయాయి. ఇప్పుడేం అన్నా లాభంలేదు. తాను ఆచరించలేనిది ఇతరులకు చెబితే ప్రగతి. ప్రాణం లేని ఆశయాలను బలి పెడితే అది జీవితం" నిట్టూర్చింది కవిత.

"బాబును వదిలి వేయాల్సింది కాదక్కా!"

"ఆయన పైకి అలా అన్నారు కాని, నేను లేకుండా వుండలేరు. రిషి కూడా దగ్గర లేకపోతే ఆయన బ్రతుకు మీదే విరక్తి పెంచుకుంటారు" అన్నది జాలిగా చూస్తూ.

"అవును, ఆ మాట నిజమే కాని ఆ మీనాక్షమ్మ మారుటి తల్లే..."

"తెలుసు గీతా! అందుకే కృష్ణకు చెప్పి వచ్చాను. కలతలు కలకాలము కాపురముండవు. నేను ఆశాజీవిని గీతా!" అన్నది.

కాఫీ వచ్చింది. ఇద్దరూ కాఫీ త్రాగారు.

కవిత స్నానం చేసి వచ్చింది. చెల్లెలు తీసి పెట్టిన బట్టలు కట్టుకుంది. ఇల్లంతా తిరిగి చూచింది. క్రింద రెండు పడక గదులు, పైన రెండు గదులతో అత్యంత అధునాతనంగా ఉంది. డ్రాయింగ్ రూమ్‌లోకి వస్తుంటే, చిన్న వరండా, దాని ప్రక్క ఆఫీసు గది ఉన్నాయి.

"యెలా ఉందక్కా ఇల్లు?"

"చాలా బావుందే! చిన్నప్పుడు నాన్న ఇలా కట్టాలని కలలు కనేవాడు. ఆయన కోరిక నువ్వయినా తీర్చావు. చాలా సంతోషం" అన్నది.

"ఏమిటో! ఒక్కొక్కసారి ఆలోచిస్తే జీవితం పరమ బోరుగా ఉంటుందే. నిన్ను చూచాక చాలా సంతోషంగా ఉంది. అఫ్ కోర్స్ ఇలా చూడాలని అనుకో లేదనుకో!" అన్నది.

ఇద్దరూ భోజనాలు చేసారు.

"రోల్డ్ గోల్డ్, రోల్లింగ్ స్టోన్స్" రికార్డ్స్ వేసింది. కవిత వింటూనే నిదురలోకి జారిపోయింది.

సాయంత్రం లేచేసరికి పొద్దు పడమట వాలిపోతుంది. వయోవృద్ధుని చిరునవ్వులా ఉంది. ముఖం కడుక్కుని బొట్టు దిద్దుకుని వచ్చింది.

"టీ తీసుకుంటారా, కాఫీయా అమ్మగారూ?" పొన్నమ్మ అడిగింది. అరటికాయ బజ్జీలు తెచ్చి ముందు పెట్టి.

"గీత రానీ..." అన్నది అక్కడున్న స్టార్ అండ్ స్టయిలు తిరగవేస్తూ.

"అమ్మగారూ!..." కాస్త ఇబ్బందిగా చూచింది.

"గీత ఇప్పుడే రాదా?" మంచినీళ్ళు త్రాగింది.

"ఈశ్వరన్‌తో వెళ్ళితే ఏ అర్థరాత్రికో వస్తుంది" అన్నది. కవిత మారు మాట్లాడక టిఫిన్ తీసుకుని టీ త్రాగింది.

"మీరు లేస్తే గదిలో పుస్తకాలున్నాయి చదువుకొమ్మన్నారు" పైన కారిడార్‌లో పుస్తకాల రాక్స్ చూపుతూ.

ఎవరీ ఈశ్వర్! ఆలోచిస్తూ పుస్తకాలు తిరగవేసింది. పనివారిని అడగటం అంత సముచితంగా అనిపించలేదు. అందుకే మౌనంగా గడిపింది.

భోజనానికి పిలుపు వచ్చినా వెళ్ళలేదు. ఆమె ఆలోచనలు రిషి చుట్టూ తిరుగుతున్నాయి. ఆనంద్ యెంత అజాగ్రత్త మనిషి అయినా రిషి అంటే ప్రాణం.

కన్నీరు తుడుచుకుంది. తండ్రీ కొడుకులిద్దరూ తను జోలపాట పాడితేగాని నిదురపోయేవారు కాదు. ఇప్పుడెలా ఉన్నారో! అప్రయత్నంగా ఆమె అన్నమాచార్య కీర్తన శంకరాభరణంలో యెత్తుకుంది. పాట పాడటంలో లీనమయి బయటి ప్రపంచాన్నే మరిచిపోయిందామె.

చప్పట్లు వినిపించేసరికి కళ్ళు విప్పింది.

యెదురుగా పంజాబీ డ్రస్సులో గీత, ఆమె ప్రక్కన ఓ అందమైన యువకుడు నిల్చున్నారు.

"డాళింగ్! నువ్వు చెబితే ఏమో అనుకున్నాను. కాని నువ్వు చెప్పినదాని కంటే యెన్నోరెట్లు బావుంది మీ అక్కయ్య కంఠం" అన్నాడు అతను.

కవిత కళ్ళు తుడుచుకుని లేచింది.

"కూర్చోండి... కూర్చోండి. సరస్వతీదేవిని ప్రసన్నం చేసినవారు. మీకు మేము నమస్కరించాలి!" చనువుగా కవిత భుజాలు పట్టి కూర్చోబెట్టాడు.

కవిత ఇబ్బందిగా చూచి కూర్చుంది.

"అక్కా! ఇతను ఈశ్వరన్ అని మ్యూజిక్ డైరెక్టర్, నా స్నేహితుడు" అని పరిచయం చేసింది.

కవిత నమస్కరించింది. అతను ఆమె ముందు కుర్చీ లాక్కుని కూర్చున్నాడు. "కవితగారూ! మీరు పాడాలి. ఏక ఛత్రాధిపత్యం అన్నట్టున్న ఈ పరిశ్రమలో మీలాంటివారి ఆగమనం స్వాతి చినుకులాంటిది" అన్నాడు నవ్వుతూ.

"మీరు... మీరు తెలుగువారా?" ఫక్కున నవ్వింది.

ఫక్కున నవ్వాడు అతను.

"పదహారణాల తెలుగువాడినే. ఇక పేరులో అరవవాసన వస్తుంది కదూ! దానికి కారణం ఉంది. మనకు మన వారి ప్రతిభ తెలియదు. అందుకే అరవ పేరో, బెంగాలి పేరో పెట్టుకుంటాము" అన్నాడు.

"అబ్బా! అసలు సంగతి చెప్పు" విసుక్కుంది గీత చెవులకున్న రింగులు తీసి బల్లమీద పెడుతూ.

"కవితగారూ! మీరు మా నెక్స్ట్ పిక్చర్‌లో పాడుతున్నారు" అన్నాడు.

"నేనా?" ఆశ్చర్యంగా చూచింది.

"మీరే! అన్ని పాటలు మీచేతే పాడించేవాడిని కాని, నిర్మాత అంగీక రించడు" అన్నాడు. సిగరెట్టు వెలిగించుకుని.

"నువ్వేం అడ్డు చెప్పకు" గీత అక్క తరఫున హామీ ఇచ్చింది.

ఈశ్వరన్ వెళ్ళిపోయాక అక్కా చెల్లెళ్ళు ఇద్దరూ భోజనం చేసారు. గీత చిన్నపిల్లలా అక్క కడుపుచుట్టూ చేయివేసి నిదురబోయింది.

కవితకు ఒక్కసారి తమ బాల్యం గుర్తుకు వచ్చింది. తల్లి, తండ్రి, తమ్ముడు డబుల్ కాట్‌పై పడుకుంటే, ముందు గదిలో అక్కా చెల్లెళ్ళు ఇలాగే ఒక్క మంచంపై పడుకునేవారు.

వెంటనే రిషి గుర్తుకు వచ్చాడు. సాధారణంగా పిల్లలు తల్లికి చనువు అవుతారు. తను ఇలా రావటం ముందుగా తెలిసినట్టు రిషి ఎందుకో ఆనంద్‌కే యెక్కువ చనువు అయ్యాడు.

అటు దొర్లి, ఇటు దొర్లి చాలాసేపటికి నిదురబోయింది.

మర్నాడు ఈశ్వరన్ వచ్చి కవితను తీసుకువెళ్ళాడు. ట్యూన్ వినిపించి, పాట చేతికిచ్చాడు. ఆమె చుట్టూ ఏముంది, యెవరున్నారని చూడకనే పది నిమిషాల్లో చక్కగా పాడ గల్గింది.

"థాంక్యూ ఈశ్వరన్..." నీ వన్నదాంట్లో అసత్యం ఏం లేదన్నట్టు అభినందించాడు డైరెక్టరు.

కవిత అనుకోని విధంగా, ఊహించని రీతిగా ఈ అవకాశం వచ్చింది.

"అక్కా! బావకు ఇష్టం లేని పని చేస్తున్నానని బాధ పడుతున్నావా?"

"లేదు గీతా! నా సిద్ధాంతాలు నాకెప్పుడూ ఉంటాయి. కాలగమనంతో పాటు కొన్ని మార్పులు వస్తున్నాయి. అవి అర్థం చేసుకుని సహకరించమన్నాను. ఆయన ఆలోచించలేదు. ఆనంద్ మంచి అధ్యాపకుడు అన్నారు. యెందుకు?

పాఠం చెప్పటంలో ఆయన నైపుణ్యం ప్రదర్శించాడు. మరి ఉచితంగా పాఠం చెప్పలేదేమిటి?"

"ఆ మాటమీదే ఉండక్కా! నువ్వు భయపడి, బావ ఆశయాలతో మూర్ఖంగా ప్రవర్తిస్తావనుకున్నాను" అన్నది. అక్క భుజాల మీద వాలిపోతూ.

కవిత నవ్వింది. తను పాడుతుంది. కళాకారులకు పట్టిన శని వదల గొడుతుంది. కళాకారుడు అనగానే చెడిపోయినవారి క్రింద జమకట్టే జనం నోరుమూస్తుంది. అందుకెంతయినా శ్రమ పడుతుంది. అల్లరి చిల్లరి వారన్న భావం పారదోలుతుంది. అందుకే ఆడంబరమైన దుస్తుల జోలికి వెళ్ళలేదు. ఆమెతో ఏదయినా పరిహాసం ఆడబోయిన ఆమె చూపులు అంతదూరంలో నిలబెట్టేవి. అప్పుడే ఆమెకు 'సజీవ శిల్పం' అన్న పేరు పెట్టారు. అడిగినదానికే జవాబు ఇవ్వటం నేర్చుకుంది.

20

ఆనంద్ తన సంగీత కచేరి కాగానే ఆదుర్దాగా బయటికి వచ్చాడు. అతనికి చాలా ఆందోళనగా ఉంది. రిషి ఆరోగ్యం బాగాలేదు. యెంత డబ్బయినా మందులకు సరిపోవటం లేదు. చూస్తూ చూస్తూ తన ఆశయాలకు కొడుకును బలిపెట్టలేడు. అందుకే పాట కచ్చేరీలకు అంగీకరించాడు.

"సారీ బ్రదర్...." హడావుడిగా వచ్చిన కృష్ణ అతని చేతిలో వంద రూపాయలు పెట్టి వెళ్ళిపోయాడు. వంద రూపాయలు తీసుకుని నీరసంగా ఇల్లు చేరాడు.

"నిన్నటి మందు బాగా పనిచేసింది చిన్నబాబూ! రిచ్చిబాబు ఆడుకుంటున్నాడు." రాజమ్మ చెప్పాక తేలికగా నిట్టూర్చి డాక్టరు వ్రాసిన మందులు, తండ్రికి బ్లడ్ ప్రెషర్ మాత్రలు కొనుక్కుని వచ్చాడు. ఓ రేడియో కంట్రాక్ట్ వస్తే అంగీకరించాడు.

అవసరం, ఆశయం రెండూ ప్రతినిత్యం అతని ముందు నిలిచి సవాలు చేస్తాయి. ఆ అవసరం తనదే అయితే ఫరవాలేదు. తల్లిలేని తనకు తల్లీ, తండ్రీ తానయి పెంచిన తండ్రిది.

తన తొలి ప్రణయానికి గుర్తుగా మిగిలిన కొడుకుది. ఇందులో యెవర్ని వదులుకుంటాడు!

ప్రతి రోజూ వాంటెడ్ కాలమ్స్ చూస్తుంటాడు. కాని వాంటెడ్ టీచర్స్ అన్న ప్రతీ అడ్రసుకు వెళ్ళాడు. అతను ఎమ్మే అనగానే వద్దు పొమ్మన్నవారు మరికొందరు. వంద రూపాయలు ఇస్తామన్నవారు మరికొందరు. తన డిగ్రీ చూపి, ఉద్యోగం చేసేకన్నా కూలిచేయటం నయం. రోజుకు నాలుగయిదు రూపాయలు గిట్టుబాటు అవుతాయి.

మొదట మొదట బడి యజమానులతో ఘర్షణ పడేవాడు. "వంద రూపాయలలో ఒకపూట తినగలమా?" అని, కాని ప్రపంచాన్ని ఇప్పుడిప్పుడే అర్థం చేసుకుంటున్న వాడు కాబట్టి చర్చలు, కోప తాపాలు మరిచిపోయాడు.

అతనికి కవిత చల్లని చిరునవ్వు పదేపదే గుర్తుకు వచ్చి పిచ్చివాడిని చేస్తుంది.

కృష్ణ ఒక ఉపాయం చెప్పాడు.

"ఆనంద్! ఆర్థిక పరిస్థితి బావుంటే నేను ఓ ట్యుటోరియల్ కాలేజీ పెట్టాలనుకున్నాను. ఇప్పుడు నీకోసమయినా తంటాలు పడతాను. నువ్వు మేనేజ్ చెయ్యగలవా?" అని అడిగాడు.

"ట్యుటోరియల్ కాలేజి మేనేజ్‌మెంటు చేయటం గొప్పటరా?" నవ్వాడు ఆనంద్.

కృష్ణ వెళ్ళి కాంస్టిట్యూషన్ వ్రాసి, బోర్డులు వ్రాయించి, కరపత్రాలు అచ్చు కొట్టించాడు. కరపత్రాలలో ఉన్న ఫీజు రేటు చూచి అదరిపోయాడు ఆనంద్.

"నెలకు, మెట్రిక్ ఫేలయిన వాడు అన్ని సబ్జెక్ట్సు చదివితే వంద రూపాయలా? ఒక్కొక్క సబ్జెక్ట్సుకు ముప్పై రూపాయలా? దోపిడి పగటి దోపిడి..." అన్నాడు కరపత్రాలు దూరంగా పారేస్తూ.

"ఆనంద్ ! నువ్వు ఇంకా ఈ ప్రపంచాన్ని అర్థం చేసుకోలేదురా! యెంత ఫీజు ఇస్తే అంత బాగా చదువు చెబుతున్నాం అనుకుంటారు. ఈ విషయాలు నాకు వదిలి వెయ్యి." అన్నాడు.

"ఉహూ! నువ్వీ కరపత్రాలు చెత్తబుట్టలో వేసి కొత్తవి కొట్టించు. అందరికి అందుబాటులో ఉండాలి. ముప్ఫై రూపాయల కంటే ఒక్క రూపాయి ఎక్కువ వున్నా తంతాను" అన్నాడు.

"నీకు బాగుపడే లక్షణాలు లేవురా!" అని అతను వెళ్ళిపోయాడు. ఆ వీధి చివర్నే జోసఫ్‌రెడ్డి అని ఒకతను ట్యుటోరియల్ పెట్టాడు. అందరూ అతని ఫీజులు యెక్కువని బాధపడేవారు. ఈ దెబ్బతో జోసఫ్‌రెడ్డి పని అయిపోయిందను కున్నాడు.

కృష్ణతోపాటు ఇల్లిల్లు తిరిగి కరపత్రాలు పంచిపెట్టారు. అప్పుచేసి ఫర్నిచర్ కొన్నారు. ఇరవై రోజులు గడిచినా ఒక్క విద్యార్థి రాలేదు.

జోసఫ్‌రెడ్డి ట్యుటోరియల్ ఇసుక వేస్తే రాలని జనంతో కిటకిటలాడుతుంది.

అతనికి తిరకాసు ఏం అర్థం కాలేదు. మెల్లగా వెళ్ళి సందు మలుపులో నిలబడ్డాడు.

ఆదుర్దాగా వెళ్తున్న ఓ వ్యక్తిని నిలేసాడు.

"అబ్బ, యెవరండీ బాబూ!" అతను విసుగ్గా చూచాడు. అవతల కొంపలంటుకుపోతున్నట్టు ఫోజు పెట్టాడు.

"ట్యుటోరియల్స్‌కి ఇంత డిమాండ్ అని తెలియదండీ. ఓవర్ క్రేఫ్ అంటున్నాడా ప్రిన్సిపాల్!" అన్నాడాయన.

"ఆ ప్రక్కన ఆనంద్ ట్యుటోరియల్‌కాలేజి ఉంది కదా!" ఆనంద్ అడిగాడు.

"అబ్బే, లాభం లేదండీ. ఫీజు యెక్కువని భయపడితే, ఆ స్టాండర్డ్ వస్తుందా!" అన్నాడు నిర్లక్ష్యంగా.

"అదేమిటి? ఆ కాలేజీలో చేరందే స్టాండర్డ్ యెలా తెలుస్తుంది?" ఆశ్చర్యంగా చూచాడు.

"నాకా విషయంలో చాలా అనుభవం వుంది. ముప్ఫై... ముష్టి ముప్ఫై రూపాయల ఫీజు అడిగినవాడికే స్టాండర్డ్ వుంటుంది?" అతను చరచర వెళ్ళిపోయాడు.

ఆనంద్ అప్రతిభుడయి నిలబడిపోయాడు. కృష్ణ అనుభవంతో చెప్పాడు. తను ఆశయంతో కాదన్నాడు. అతను నీరసంగా ఇంటికి వచ్చాడు. వారం రోజులు

గడిచాయి. నల్గురు విద్యార్థులు వచ్చారు. వారిచ్చే ఫీజు అద్దెకు చాలదు. అయినా తను చదువు చెప్పే విధానానికి ముగ్ధులయి సంఖ్య పెరుగవచ్చు. అతను నిరాశ పడలేదు.

రెండు రోజులకు అతను తన విద్యార్థులను అర్థం చేసుకునే అవకాశం కల్గింది.

ఒకబ్బాయి పుస్తకాలు పడేసి, హాయిగా మార్నింగ్‌షోలకు చెక్కేసే బాపతు.

మరో అమ్మాయి కొత్తగా వివాహం అయిన యువతి. ఇంట్లో పని ఎక్కువగా ఉంటుందంటే, భర్త ట్యుటోరియల్ కాలేజీలో చేర్పించి, అక్కడ కాలక్షేపం చెయ్యమన్నాడట. ఆమె పత్రికలు, నవలలు తెచ్చుకుని కాలక్షేపం చేస్తుంది.

మరో అమ్మాయి పదవ తరగతిలో మూడుసార్లు తప్పిందట. తండ్రి ట్యుటోరియల్‌కు పంపి ప్రయివేటుగా మెట్రిక్‌కు కట్టించాలని చూస్తున్నాడట.

"పాఠాలు యెందుకు సార్, చదివినా నాకేం అర్థం కావు" అంటుంది.

ఆ పిల్ల పుస్తకం పేరు చూస్తేనే స్టాండర్డ్ అర్థం అయింది. భారతికి బదులు భరతి అంటూ వ్రాసుకుంది.

నాల్గో అబ్బాయి షిఫ్ట్ సిస్టమ్ స్కూల్లో చదువుతున్నాడట. ఇంట్లో అల్లరి తప్పించుకోవటానికి పంపుతున్నారట. పాఠాలు మొదలు పెట్టగానే నల్గురు నాల్గురకాల కథలు ప్రారంభిస్తారు.

"సార్.... సార్! అడవిరాముడు యెన్నిసార్లు చూచారు. అబ్బ...." కథ, పాటలు, మాటలు, కథనాయకుడు, నాయికలు వేసిన దుస్తులు, సెట్టింగులు వర్ణిస్తాడు. ఆ కుర్రాడికి యెలా చెప్పాలో తెలియదు.

"చూడు! సినిమాలు అన్నం పెట్టవు."

"చదువు అన్నం పెడుతుందా సార్! మా నాన్నకు అక్షరాలు రావు" కిసుక్కున నవ్వేవాడు.

"అది కాదు సార్. ఈ నవల చూడండి, యెంత థ్రిల్లింగ్‌గా ఉందో. ఆ ఆరడుగుల రెండంగుళాల హీరో రెండవ భార్యతో కాపురం చేస్తుండగా మొదటి భార్య వచ్చింది. ఇప్పుడేమవుతుందో....." దూరం వెళ్ళి నవలాపఠనంలో లీనమయిందా విద్యార్థి శ్రీమతి.

"మీవారు యెంతో నమ్మకంగా నువ్వు చదువుకుంటున్నావు అనుకుంటు న్నాడమ్మా!" నచ్చచెప్పాలని అన్నాడు.

"అబ్బబ్బ! మంచి సస్పెన్స్‌లో ఇదేంగోల. ఇంట్లో పని తప్పించుకోవాలని ఇక్కడ చేరాను. ఇంతోటి చదువు రాక కాదు. మావారూ ఎమ్మేనే" ఏం చెబుతాడు. నీరసంగా నిట్టూర్చాడు.

మూడో అమ్మాయిని చూస్తే జాలేస్తుంది. అక్షరాలు రావు. ఎంతో అమాయకురాలు. మరో పది సంవత్సరాలు తాను రాత్రింబవళ్ళు కష్టపడినా ఆమె మెట్రిక్ లెవల్‌కు చేరుకోలేదు. ఆఖరబ్బాయి రిషిని ఎత్తుకుని కబుర్లు చెబుతాడు.

"సార్! చదువుకొమ్మంటే రైలు క్రింద తలపెడతాను. మార్నింగ్ షిఫ్ట్! ఆరునుండే బడోబడో అటూ పరుగెత్తాలి" అన్నాడు. ఆనంద్‌కు వాళ్ళను భయపెట్టే మార్గం తెలియక తానే భయపడిపోయాడు. ఫలితంగా ఆనంద్ ట్యుటోరియల్ కాలేజి మూతపడింది. అప్పు యెదుటపడింది.

ఒకనాడు యెంతో అభిమానంతో పాడమని వచ్చిన వారిని తిరస్క రించాడు. ఈ రోజు పాడాలంటే చాలా కాంపిటేషన్. యెవర్ని అడగాలో తెలియదు. అభిమానం, ఆశయం అడ్డుపడుతుంటాయి. కృష్ణ అతని అవస్థ అర్థం చేసుకుని అప్పుడప్పుడు, అక్కడక్కడా కార్యక్రమాలు ఏర్పాటు చేస్తున్నాడు. ఆనంద్‌కు అర్థం కానిది ఒక్కటే విషయం. అందరికిచ్చిన దానికంటే తనకు చాలా మొత్తం ఇస్తాడు. స్నేహితుడన్న ఆదరం కావచ్చు, అభిమానం కావచ్చు.

"ఆనంద్! ఇకమీదట రిషి ఖర్చంతా నాకు వదిలివెయ్యి. ఊర్కెనే వీడెందుకు భరిస్తాడని అనుకోకురా! మా పాపకు కట్నం యెటూ ఇచ్చుకోలేను కాబట్టి చదువు సంధ్యలు చెప్పిస్తాను" అన్నాడు.

"కృష్ణా! ఆ మాటనకురా! పిల్లల అభిప్రాయాలు యెలా మారుతాయో. ఆ మారిన అభిప్రాయాలకు మనం బలి కావద్దు. ఈ జీవితంలో నీ స్నేహం సజీవంగా, నేను జీవించినంత కాలం ఉండాలిరా!" అన్నాడు ఆర్తిగా.

"మరి అలా ఉండాలనుకుంటే రిషి బాధ్యత నాకప్పగించాలి" అన్నాడు భుజం తడుతూ.

"సరేలేరా. ఆ మాత్రం అడిగేవాళ్ళెవరున్నారు" అన్నాడు.

"అలాగే, అసోసియేషన్ నుండి నాడబ్బు కడతాను. నెల, నెల అప్పు తీర్చు ఏం?" అన్నాడు.

"నీ ఋణం యెలా తీర్చుకోవాలో తెలియటం లేదురా. మ్యూజిక్ డైరెక్టర్ పద్మనాభశాస్త్రి నీకు బాగా పరిచయం కదా. ఒక్కసారి ట్రై చేస్తావా?" అడగలేక, అడగలేక అడిగాడు.

కృష్ణ జాలిగా చూచాడు.

"అవకాశం వెతుక్కుంటూవచ్చిన నాడు కాళ్ళదన్నావు. ఈ రోజు నువ్వు వెతుకుతున్నావు. లెట్అజ్ ట్రై...." హామీ ఇచ్చాడు కృష్ణ. ఆనంద్ ఇంటికి వెళ్ళాడు. అతనికి నిశ్చింతగా ఉంది. తన కొడుకు కోసం ఏమయినా చేయాలి.

కరుణతో అతని హృదయం 'కవితా' అంటూ వాపోయింది. కాని వెంటనే 'తూ...ర్రూ..ర్రూ..." అంటూ మాక్సీలో యెగిరే అమ్మాయి కనిపించింది. కళ్ళు మూసుకున్నాడు.

21

"అక్కా! పద్మనాభశాస్త్రి గారు కబురు చేస్తే ఆలోచించాలన్నావట?" అన్నది గీత విసుగ్గా.

"అవును గీతా! నా మాట నువ్వు వింటేనే నా పాట వింటావు. లేకపోతే, నేను హైద్రాబాద్ వెళ్ళిపోతాను" అన్నది కోపంగా.

"నీ మాట నేనేం కాదన్నానక్కా?" జాలిగా అడిగింది గీత.

"ఈశ్వరన్‌తో నీ స్నేహం యెలాంటిదని అర్థం చేసుకోవాలి?"

"అక్కా!" ఆశ్చర్యంగా చూచింది.

"నైతిక విలువలు పాటించటం మన కనీస ధర్మం. కళాకారులు కన్ను, మిన్ను గానక ప్రవర్తిస్తున్నారు. అదో శాపమేమో! కళకు కొత్త నిర్వచనం చెప్పాలి. నీతిగా బ్రతికే వారున్నారని చాటి చెప్పాలి."

"నువ్వు అవినీతికి పాలుపడ్డావా? యెందుకు నీకీ శిక్ష?" అన్నది కోపంగా.

కవిత నవ్వింది.

"ఒక మంచి పని చేయాలంటే యెన్నో అడ్డంకులు, యెన్నో గొడవలు. అవన్నీ పోనివ్వు. అక్కగా నా కోరిక ఒకటుంది. నీ పెళ్ళి నా చేతులమీదుగా జరగాలి" అన్నది.

"వద్దక్కా... వద్దు. నా నాట్యాలు చూచి వారు మోజుతో నాదరి చేరుతారు. కాని, అనురాగంతో కాదు. మోజు తీరగానే నా నాట్యమే నన్ను మింగేస్తుంది. ఈ విషయంలో నన్ను క్షమించక్కా" అన్నది.

"అంతగా అయితే, నాట్యం మానెయ్యి. ఈశ్వరన్‌తో అమెరికా వెళ్ళిపో. వచ్చాక అతను అనుమతిస్తే, అవసరం అనుకుంటే చేద్దువుగాని" అప్పుడే అక్కడికి వచ్చిన ఈశ్వరన్ చప్పట్లు కొట్టాడు.

"కవితగారూ! మీ అభిప్రాయంతో నేను పూర్తిగా ఏకీభవిస్తున్నాను. నేను ఆమె గతం గురించి ప్రశ్నించను. ఆ హక్కు లేదు. భవిష్యత్తులో నాకు నచ్చని విషయాలు ఏమన్నా వుంటే చెబుతాను. కావాలంటే కాగితం వ్రాసిస్తాను" అన్నాడు అతను.

"ఇంకా అతనికేమయినా అభ్యంతరం ఉంటుందేమో అనుకున్నాను. గీతా! నా మాట వినవే. మా తల్లివి కదూ!" అన్నది కవిత.

"ఈ పరిశ్రమలో నూటికి తొంబయ్ వివాహాలు పరిహాసాల పాలవు తున్నాయక్కా! దయచేసి నన్ను బలవంతపెట్టకు" అన్నది బ్రతిమాలుతూ.

"కాదు, ఆ తొమ్మిది శాతంలో నువ్వు చేరాలని నా కోరిక. ఆశకు అంతూ, హద్దూ ఉంచుకోవాలి గీతా! సాధించింది చాలు."

"సంపాదించాలని కాదు..."

"సందేహాలతో నిండా నూరేళ్ళ జీవితం పాడు చేసుకోకు" అన్నది ఆజ్ఞాపిస్తున్నట్టు.

"అలాగే... అలాగే అక్కా. నేను జీవితంతో పందెం కాస్తాను" అన్నది.

"ఓ డియర్ ! థ్యాంక్యూ... థ్యాంక్యూ..." ఈశ్వరన్ గబగబ వచ్చి, అక్కడ కవిత ఉన్నదని కూడా మరిచిపోయి గీతను యెత్తి గిరగిర తిప్పేసాడు. ఆమెను దింపేసి,కవిత చేతులు పుచ్చుకున్నాడు.

"వదినగారూ! వరసకు పెద్ద అయినా వయసుకు చిన్నవారు. దయచేసి ఈ వివాహం మీ చేతులుమీదుగా జరగాలి." అన్నాడు ఉత్సాహంగా.

కవిత కళ్ళు ఒత్తుకుంది.

ఈశ్వరన్ పాప్ మ్యూజిక్ గురించి క్షుణ్ణంగా తెలుసుకోవాలని స్టేట్స్‌కు వెళ్తున్నాడు. అతనికి గీతంటే విపరీతమైన అభిమానం. ఒంటరిగా వెళ్ళాలంటే చాలా కష్టంగా వుంది. ఇప్పుడెంతో ఆనందంగా ఉంది. తామిద్దరూ వెళ్తారు."

వారం రోజులలో అతి క్లుప్తంగా ఆలయంలో వివాహం జరిగింది. పరిశ్రమలో కొందరికి టీ పార్టీ ఇచ్చారు. నీలం రంగు పట్టుచీరలో మెరిసిపోతున్న గీతను అందరూ అభినందించారు.

కవిత నిశ్చింతగా నిట్టూర్చింది.

వాళ్లిద్దరిని బలవంతంగా వారం రోజులు ఊటీకి పంపింది. రిషిని చూడాలని ఆమె మహా తహతహలాడుతుంది. కృష్ణకు ఉత్తరం వ్రాద్దామనుకుంటుండగానే కృష్ణ ఉత్తరం వచ్చింది. ఆత్రంగా విప్పి చదివింది.

చెల్లాయి కవితను ఆశీర్వదించి వ్రాయునది.

ఇక్కడ అంతా క్షేమము. నీ పతిదేవుడు మాత్రం ఇంకా దేవదాసు ఫోజు వదలలేదు. వాళ్ళ నాన్న రెండో వివాహ ప్రయత్నాలు మానలేదు. ఓ ముఖ్యమయిన విషయము. మీ పతిదేవుడు రాజమ్మతో సహా వచ్చి, హోటల్ ఎవరెస్ట్‌లో ఉంటారు వారం రోజులు. కూడా రిషి వస్తున్నాడని చెప్పనవసరం లేదనుకుంటాను. యెలా కలుసుకుంటావో నీ ఇష్టం. గీతకు ఆశీస్సులు. ఈసారి ఓ రాజకీయ నాయకుడికి సన్మానం చేద్దామని ఉంది. నీ అభిప్రాయం తెలుపు. మీ వదిన నిన్ను చాలా చాలా అడిగినట్టు వ్రాయమంది. వారంలో రెండు రోజులు అలకలు తప్పటం లేదు.

ఇట్లు
కృష్ణ.

కవిత హృదయం గంతులు వేసింది.

తన చిన్నారి బాబును కలుసుకుంటుంది. ఆ క్షణంలో కృష్ణ ఉంటే అతని పాదాలు కన్నీటితో తడపాలని ఉంది. ఆమెకు ఎగిరి గంతేసి తన కొడుకును చూడాలని ఉంది.

గీత రాగానే వెళ్ళి కౌగిలించుకుంది.

"రిషి వస్తున్నాడే... రిషి..." అన్నది పట్టలేని ఆనందంతో.

"అక్కా!" గీత అక్క భుజాలపై చేతులు వేస్తూ, చూస్తూ నిలబడి పోయింది. ఆ కళ్ళల్లో మాతృత్వపు మమకారం నగ్నంగా నాట్యం చేస్తూ కనిపించింది.

"నా తండ్రి యెలా ఉన్నాడో? గీతా! నాల్గు మంచి డ్రస్సులు కొందామే" అన్నది ఆనందంగా.

"నాలుగేమిటే! నువ్వు కోరితే ఈ పట్టణంలో దొరికే మంచి వస్తువులన్నీ కొంటాను. కాని నీ పతిదేవుడు అంగీకరించవద్దూ! ఆ కృష్ణను అనుమానించి, ఫీజు వద్దు, డబ్బు వద్దు అంటే వాడు చదువు ఆపాలి" అన్నది గీత. కవిత నీరస పడిపోయింది.

అందమైన డ్రస్సులు కొనాలనుకున్ననాడు, తన దగ్గర డబ్బులు లేవు. ఈ రోజు పుష్కలంగా డబ్బు వుంది. ఉన్నా తను కొనలేదు. విధి చేసే చిత్రాలు గమ్మత్తుగా ఉంటాయి.

వెంకటగిరి చీరలో మెరిసిపోతున్న చెల్లెలిని లోపలికి తీసుకువెళ్ళింది.

"మరిదిగారేరే?"

"నీరజా ప్రొడక్షన్ వారు ఏవో రికార్డింగ్ అని తీసుకు వెళ్లారక్కా. ఆకలి దంచేస్తుంధే. భోజనం చేసి మా ఇంటికి వెళ్తాను" అన్నది. డైనింగ్ టేబిల్ ముందు కూర్చుని కంచంపై స్పూన్‌తో కొడుతూ.

"ఏమిటే... ఏమన్నావ్? మీ ఇల్లా?" ఆశ్చర్యంగా చూచింది.

"అవును. ఈశ్వరన్‌ది, నాది కలిపి మా ఇల్లు. ఇది మన ఇల్లు. న్యాయంగా నేను అక్కడికి వెళ్ళాలికదా!" అన్నది.

కవిత చెల్లెలినే చూస్తూ ఉండిపోయింది.

రోజులు గడుస్తున్నాయి. ఆ తరువాత వచ్చిన ఆఫర్‌లు అన్నీ తిరగగొట్టింది గీత.

"చూడండి వదినా! నాకేం అభ్యంతరం లేదు..." అని చెప్పబోయాడు ఈశ్వరన్.

"నాకుంది! ద్విపాత్రాభినయం నేను చేయలేను. సంపాదనే కావాలను కుంటే చెప్పండి" అన్నది నిక్కచ్చిగా.

"సంపాదన కెవడేడ్చాడోయ్! నిర్మాతలంతా నా యెదనపడి ఏడుస్తారు" అన్నాడు సిగరెట్టు పారేసి.

"సినిమా తారల జీవితాలు చిత్రమైనవి అక్కా! గ్లామరుండి, ప్రజలు మనల్ని చూడాలనుకున్నప్పుడే మనం తప్పుకోవాలి. వివాహానికి పూర్వం ఈ అభిమాన నర్తకి అందరికీ స్వంతం. ఇప్పుడు ఈశ్వరన్ ఇల్లాలు. ఆ నిజాన్ని వారు గ్రహించలేరు. అసహ్యించుకుంటారు. ఈర్ష్యతో తిడతారు. అందుకే ఆయన భార్యగా ఉంటానక్కా..." ఆమె మాట పూర్తికాక పూర్వమే కవిత వచ్చి, చెల్లెలి రెండు బుగ్గలు గట్టిగా ముద్దు పెట్టుకుంది.

"అయితే మీరు చెల్లినే సపోర్ట్ చేస్తారన్నమాట!"

"అది అన్నదాంట్లో ఆక్షేపణీయంగా ఉన్న అంశం ఏదీ లేదు. కలతలు లేకుండా, ఒక మంచి ఇల్లాలుగా పేరు తెచ్చుకుంటే చాలు. ఈశ్వరన్ మీ వాళ్లకు..." అన్నది కవిత.

"మా వాళ్ళ సంగతి నాకు బాగా తెలుసు. ఏదో కష్టపడి అయిదారు వందలు పంపుతున్నానంటే ఫరవాలేదు. నేను కాస్త పొజిషన్‌లో ఉన్నానని తెలిసిందా ఇక్కడే తిష్ట. సోమరిపోతుల హాస్టల్ అని నామకరణం చేయాలి!" అన్నాడు పకపకా నవ్వుతూ.

22

గీత వెళ్ళిపోయింది భర్తతో. సందడంతా తనతో తీసుకువెళ్ళినట్టుంది. కవితకు ఏం తోచటం లేదు. అందుకే ఇదివరలాకాక, ఇప్పుడు వచ్చిన ఆఫర్స్ అన్నీ అంగీకరిస్తుంది. యెప్పుడూ సందడిగా ఉండాలని కోరుకుంటుంది.

ఈ మధ్య ఆనంద్ పాడుతున్నాడని విన్నది. అతని కళారాధన ఏమయి పోయిందో అడగాలని ఉంది. తను కళ నమ్మి కడుపు నింపుకోవాలని అనుకున్నదా? పరిస్థితులు ఆ స్థితికి తీసుకువచ్చాయి. ఆమె బట్టలు వేసుకుని క్రిందికి వచ్చింది.

"మీరు కాస్త ముందుగా రావాలి" ప్రొడక్షన్ మేనేజర్ చేతులు నలుపుకున్నాడు.

"దాందేముందండీ! అలాగే" అన్నది.

పొన్నమ్మ కాఫీ తెచ్చింది.

"ఆనంద్ అని కొత్త గాయకుడితో ఓ డ్యూయెట్టుంది. మరేం ఇబ్బంది లేదు. మీకిష్టం లేకపోతే వద్దు!" అన్నాడు ఆమె ముఖంలో మారే రంగులు గమనించి.

"అబ్బే, అదేం కాదు. మీరు పొరపాటుగా అర్థం చేసుకుంటున్నారు" అన్నది కంగారుగా.

"అంతేకదా! మా గాయకుడు ఫారిన్ ట్రిప్‌లో ఉన్నాడు. మీ ముఖంలో రంగులు మారితే హడలిపోయాను" అన్నాడు.

"అబ్బే, అదేం లేదు. క్రొత్తవారిని ప్రోత్సహించాలి. పరిశ్రమకు నేనూ ఒకప్పుడు క్రొత్తదాన్నే కదా!" అన్నది ముఖానికి నవ్వు పులుముకుని.

"యెంత ఉదాత్తమైన ఆలోచన!" అతను వెళ్ళిపోయాడు.

ఆమె మనసు మహాసాగరమయిపోయింది.

తను ఆనంద్ కెలా యెదురుపడాలి? అతనేమంటాడు? ఆవేశపరుడు! తనతో పాడనంటాడా! తను స్థితి, ప్రజ్ఞత సంపాదించాలి. ఒక గంట మౌనంగా కూర్చుంది.

ఆ తరువాత లేచి స్టూడియోకు వెళ్ళింది. అంతా కంగారుపడుతున్నారు.

"ఏమయిందండీ?" మెల్లగా అడిగింది.

"క్రొత్తవారికి అవకాశం ఇవ్వకపోతే ఇవ్వలేదని ఏడుపు, ఇస్తే ఇలా టెలిగ్రాము లిస్తారమ్మా! అంతా మా కర్మ." టెలిగ్రామ్ చూపాడు. మా అబ్బాయికి అనుకోకుండా సీరియస్‌గా జ్వరం వచ్చింది. రెండు రోజులు పోస్ట్‌పోన్ చేయండి..."

అంతే గుర్తుంది. యెలా ఇంటికి వచ్చిందో! యెలా సెక్రెటరీతో చెప్పి ప్లేన్ ఎక్కిందో ఆమెకే తెలియదు.

హైద్రాబాద్‌లో ప్లేన్ దిగి తిన్నగా కృష్ణ ఇల్లు చేరుకుంది.

"రా కవితా! రిషికీ పూట నయమే. ఈయన అక్కడే ఉన్నారు" అన్నదామె.

"వదినా! నే నెలాగయినా నా రిషిని చూడాలి" అన్నది వెక్కివెక్కి ఏడుస్తూ.

కృష్ణ భార్య కవితను తీసుకుని నీలోఫర్‌కు వెళ్ళింది. అదృష్టవశాత్తు కృష్ణ ఒక్కడే గ్లూకోజు ఎక్కిస్తున్న చేయిపట్టుకుని కూర్చున్నాడు.

"రిషీ...." కవిత కొడుకు నుదురు ముద్దు పెట్టుకుని వెక్కి వెక్కి ఏడ్చింది.

"కవితా!... ఏమిటమ్మా ఈ అధైర్యం? లే, లేచి కూర్చో" అన్నాడు కృష్ణ. ఆమె కళ్ళు వొత్తుకుంది.

"ఏం చూచి ధైర్యపడనన్నయ్యా. విధి మా జీవితాలతో యెందుకు ఆడుకుంటుంది!" ఆమె కొడుకు ఒల్లంతా నిమురుతూ పిచ్చిదానిలా ఏడ్చింది.

"అన్నయ్యా! ఆనంద్ లేడా?"

"నిన్నటినుండి ఇక్కడే వున్నాడు. స్నానం చేసి భోజనం చేసి రమ్మని పంపాను" అన్నాడు.

"కవితకు మీరు టెలిగ్రామిచ్చారా?"

"లేదు వదినా! ఆయన ప్రొడక్షన్ వాళ్ళకిచ్చారు" అన్నది కవిత. అప్పుడే వచ్చిన డాక్టరు ప్రమాదం దాటిందని చెప్పాడు. గ్లూకోజు తీసి వేసాడు.

"డిహైడ్రేషన్ అయింది. రేపు ఉదయం తీసుకుపోవచ్చు" అన్నాడు. ఆ క్షణంలో డాక్టరు పాదాలు అంటి నమస్కరించాలనుకుంది. దూరంగా వచ్చే ఆనంద్‌ను చూచి ఆమె డాక్టరుతో బయటికి వచ్చి కిటికీ దగ్గర నిలబడిపోయింది.

"అరే! నువ్వెందుకు వచ్చావమ్మా! వాడే సెలవులు వేస్ట్ చేస్తున్నాడంటే" ఆనంద్ మందలింపుగా చూచాడు.

"ఫరవాలేదు" అన్నదామె నవ్వుతూ.

"రేపు ఇంటికి తీసుకెళ్ళమన్నారు డాక్టరు. ఈ పూట నర్స్ చూసుకుంటుందట. కావాలంటే మనల్ని వెళ్ళిపొమ్మన్నారు" అన్నాడు కృష్ణ.

"ఈ పసివాడిని ఒంటరిగా నర్స్‌పై వదిలి వెళ్ళటమా! వద్దురా! నాకు మిగిలిన ఆశ...." అంటుంటే ఆనంద్ గొంతు బొంగురుపోయింది.

"గ్లూకోజు ఇవ్వటం లేదు కదా, రాజమ్మ ఉంటుంది. ఆడవారు చూచినట్టు పిల్లలను మనము చూడలేము" అన్నాడు.

అప్పుడే రాజమ్మ వచ్చింది.

"అయ్యో బాబూ! ఆడవాళ్లంతా డబ్బు మనుషులు. ఏమిటో పెంచినందుకు పేగు పీకుతుంది" అనుకుంటూ వచ్చింది. కాసేపు తటపటాయించినా, తనకున్న పనుల రీత్యా ఆమెను వదిలి వెళ్ళిపోయారు. అరగంటకు కృష్ణ వచ్చాడు.

"కవితా! నిశ్చింతగా నీ కొడుకు దగ్గరుండు. వాడు రాత్రికి గాని రాడు. నేను వెళ్ళి క్యారియర్ పంపుతాను" అన్నాడు.

కవిత కన్నీటితో తలాడించింది.

కృష్ణ సహకారం లేకపోతే తను చచ్చిపోయేది. ఆ మాట చెప్పలేకపోయింది. అలాగే కొడుకు ప్రక్కన కూర్చుంది.

23

ఆనంద్ పాట పూర్తి అయ్యాక చెక్కు అందుకుని వచ్చేశాడు. పాటలకు వాళ్ళిచ్చింది చాలా తక్కువ అయినా తప్పదు.

"మరి నేను వెళ్ళొస్తానండీ!" ఆనంద్ అడిగాడు వినయంగా.

"తొందరేం? ప్రొడ్యూసరు రాని, మ్యూజిక్ డైరెక్టరు రాని. ఇంకా ఓ డ్యూయెట్ పాడాలి" అన్నాడు ప్రొడక్షన్ ఇన్‌ఛార్జి. ఆనంద్ కూర్చున్నాడు. మ్యూజిక్ డైరెక్టర్ వచ్చాడు.

"నువ్వెళ్ళు ఆనంద్, హరికృష్ణ పాడతాడు డ్యూయెటు."

"హరికృష్ణ నెలాఖరుగాని రాడు..." ప్రొడ్యూసర్ నీళ్ళు నమిలాడు.

"కవితగార్కి ప్రాక్టీస్ అక్కరలేదు కదా! ఓ నాల్గు గంటలలో రికార్డ్ చెయ్యచ్చు..." అన్నారు. ఆనంద్ ఉలిక్కిపడ్డాడు.

సంగీతం కళే! శాస్త్రీయ సంగీతం నేర్చిన తనకు సాధన అవసరం అవుతుంది.

కవిత! గాలిపాటలు పాడే కవిత! జీవితంలో కాక ఇక్కడా ప్రత్యర్థి అయింది.

నిట్టూర్చాడు. విధి చాలా చిత్రమయింది. జీవితాలను భలే ఆడిస్తుంది! ఈనాడు కవితకు తారలకున్న గ్లామరు. తను? అనామకుడు! బండెక్కి రెండవరోజు హైద్రాబాద్ చేరుకున్నాడు. రిషిని తీసుకుని, రంగనాథరావు స్టేషనుకు వచ్చాడు.

"ఆరోగ్యం ఎలా వుంది నాన్నా?"

"చాలా బావుంది. వీడు డాడి డాడి అని గొడవ చేస్తుంటే భరించలేక పోయాను" రిషిని కొడుక్కు అందించాడు.

"డాడీ! ఈసాలి నీతో నే నొత్తాను."

"అలాగే లేరా...."

ఆటో చేసుకొని ముగ్గురు ఇంటికి వచ్చారు.

రిషి కిండర్ గార్డన్ స్కూల్‌కి వెడుతున్నాడు. వాడిని తయారుచేసి పంపించింది రాజమ్మ.

"ఏ మాత్రం వచ్చింది నందూ?"

"రెండువేలు" అన్నాడు.

"వడ్డీలకు కూడా సరిపోదు" అన్నాడు నిరాశగా. రెండు సంవత్సరాలు రాత్రింబవళ్ళు ఏ ఖర్చులేక నిరంతరం శ్రమిస్తే, ఇంటి అప్పు తీరింది. పొలం మీద వడ్డీలు పెరుగుతున్నాయి. తండ్రి భీమా ఆఖరు ఇన్‌స్టాల్‌మెంటు కట్టి, అప్పుకి వచ్చిందానికి ముడి పెట్టాడు.

"నేనేం చేయను నాన్నా! ఏదో అదృష్టం కలసి వచ్చి ఆ మాత్రం పాడుతున్నాను గాని, ఉచితంగా పాడతాం పేరు కనిపిస్తే చాలు అనుకునేవారు బోలెడుమంది..." అన్నాడు. ఆ తరువాత ఇద్దరూ భోజనాలు చేశారు.

"ఆనంద్ వచ్చాడాండీ?"

అడిగి, లోపలికి వచ్చాడు కృష్ణ.

"ఉదయం బండికే వచ్చాన్రా!"

"ఏం లేదు, కాస్మోపాలిటిన్ క్లబ్ వారు నీ పాట కావాలన్నారు. అడిగి చెబుతాను, ఉచితంగా పాడినప్పుడు సరే అనేవాడిని..."

"కృష్ణా! నువ్వూ నన్ను అర్థం చేసుకోలేదు!"

"బాగా అర్థం అయిందిరా, నీకు మాత్రమే పరిస్థితులు ప్రతికూలించాలి, కళను వ్యాపారంగా మార్చవచ్చు. పోనీలే ఆ గొడవలెందుకు? ఎంత అడగ మంటావ్?"

"నీ ఇష్టం!" అన్నాడు బాధగా ముఖం పెట్టి.

"మొత్తం పాట కచ్చేరి బృందానికి పదిహేను వందలిస్తారు. నీకు మూడు వందలు ఉంచేస్తాను."

"సరే..." కృష్ణ వెళ్ళిపోయాడు. ఆనంద్ ఆరాటంగా అటు ఇటు తిరిగాడు.

"కళంటే ఏమిటండీ! కళారాధన అనుకుంటూ అవకాశాలను వదులు కుంటామా!"

"కళారాధన ప్రాణంకంటే ఎక్కువా?"

ప్రతి పనీ ఓ కళే! ఉపాధ్యాయుడు అర్థమయ్యే రీతిగా పాఠం చెప్పటం కళే. ఒకేసారి పరీక్ష చేసి రోగ లక్షణాలు చెప్పటం కళే.... వంట కళే! అతని బుర్ర మొద్దుబారిపోయింది. నిదుర వెలివేసింది. అలసట నిస్త్రాణంగా చేసింది. అలాగే కూర్చున్నాడు.

"బాబా, బ్లాక్‌సిప్, బాబా" బయట పాట వినిపించింది.

"వచ్చావా రుషి బాబూ!" రాజమ్మ ఎదురు వెళ్ళింది. రిషి అనదు. ఎప్పుడూ రుషి అంటుంది.

"వచ్చేసాను మమ్మీ!"

"మమ్మి, గుమ్మి నాకెందుకుగాని, రాజమ్మ అను బాబూ! రా రుషి, పాలు త్రాగు."

"ఉహు! అందరూ మమ్మి అంటారు, అమ్మ అంటారు. నేను అలాగే అంటాను."

రాజమ్మ మాట వినిపించలేదుగాని, ఆనంద్ కడుపులో చెయ్యిపెట్టి దేవినట్టు అయింది. బ్రతుకుపై విరక్తి కలిగింది. కొడుకుగా పుట్టినందుకు తండ్రి రుణం తీర్చుకోవాలని అనుకున్నాడే గాని, కొడుకును కన్నందుకు వాడి విషయం చూడాలని మరచిపోయాడు.

"ఛీఛీ, కన్నతల్లికయినా వాడిపై దయలేకపోయింది" అనుకున్నాడు. లేచి వెళ్లి రాజమ్మతో చెబుతున్న కొడుకును ఎత్తుకుని ముద్దు పెట్టుకున్నాడు. కొడుకును ఎత్తుకుని కాసేపు కబుర్లు చెప్పాడు. రిషి ఆటలకు వెళ్ళాడు. చదువుదామని పుస్తకం తీశాడు.

"నమస్తే!" తలెత్తి చూచాడు. శాంభవి వచ్చింది.

"ఆఁ రండి. రండి" ఏడ్వలేక నవ్వాడు.

"ఏమిటీ మధ్య బొత్తిగా అటు రావటం లేదు."

"ఏంలేదు. అటువస్తే ఏవేవో జ్ఞాపకాలు!" నసిగాడు.

"నాకు తెలుసులెండి, పీడకలలాంటి గతం గుర్తుకు వస్తుంది అవునా?" కూర్చుని అడిగింది.

"కాదు, కాదు. మధురస్వప్నంలాంటి గతం" అనబోయాడు. తన దురదృష్టం కాకపోతే కవిత ఎందుకలా మారిపోయింది. చీరలపై, నగలపై, ఆడంబరాలపై మోజున్న స్త్రీ కాదు.

"చూడండి! తాడో, పేడో తేల్చుకుందామని వచ్చాను."

'ఏమిటది?"

"మీ భార్య తిరిగిరాదు. సినిమాలోకం ఓ మాయ లోకంలెండి! అందుకని" సిగ్గుపడ్డట్టు తల వంచుకుంది.

"అందుకని...." రెట్టించాడు.

"అదికాదు, ఎందరో ఐ.ఏ.ఎస్. ఆఫీసర్లు, ఆగర్భ శ్రీమంతులు వివాహం ఆడతానంటే వద్దన్నది యెందుకనుకుంటున్నారు?"

"ఇష్టంలేక...."

"కాదు, మీరంటే ప్రత్యేకమైన ఇష్టంతో..." అన్నది నిర్మొహమాటంగా.

"ఆఁ..." అతను మాట్లాడలేకపోయాడు. తనకంటే పదేళ్ళు పెద్దదయిన స్త్రీ తనపట్ల ఆకర్షణ పెంచుకుందంటే తనేం చెప్పగలడు?

"మీ మీద ప్రేమతో, ఎవరూ దొరకరని కాదు. అవస్థ పడుతున్నారని జాలిపడి..."

"చూడండి మిస్ శాంభవీ! నాకెవరి జాలి అక్కరలేదు. నేను వివాహం చేసుకోవాలని అనుకుంటే, ధనవంతులు ఆస్తి అంతా నాకే ఇచ్చేవారు పిల్లను ఇవ్వటానికి సిద్ధంగా ఉన్నారు. నాకిష్టంలేదు!" అన్నాడు. ఆమెకంటే నిర్మొహ మాటంగా. ఆమె ముఖం ఎర్రబడింది.

"నేను... నా అంతట నేను అడిగానని చులకనా!"

"నేను మిమ్మల్ని ఏమనందే యెందుకు చులకనగా మాట్లాడారు? కవితను తప్ప మరో స్త్రీని నా జీవితంలోకి ఆహ్వానించలేను" అన్నాడు.

"ఆ కవిత యెందరితో కులికిందో..."

"షటప్!"

శాంభవి వెళ్ళిపోయింది కొర కొర చూస్తూ. విద్యావంతులు కూడా అంత చులకనగా, పచ్చిగా మాట్లాడతారంటే అసహ్యం కలిగింది.

అతని కళ్ళముందు మాక్సీ వేసుకుని ఆనాడు క్లబ్బులో పాడిన కవితే గుర్తుకు వస్తుంది.

ఆలోచనలతో సతమతమయి పోతున్నాడు. రోజులు, వారాలు, నెలలు గడుస్తున్నాయి. అతను కోరుకున్న శాంతి దొరకటం లేదు.

మద్రాసునుండి తనకు వచ్చే ఆహ్వానాలు చూచి కొంత వరకు తెరిపిన పడ్డాడు. నిర్మాతల పట్ల కృతజ్ఞతతో ఆయన హృదయం నిండిపోయిది. వారంలో రెండుసార్లు వచ్చి క్షేమ సమాచారాలు కనుక్కుని వెడతాడు కృష్ణ. నిజమైన స్నేహానికి నిర్వచనం చెబుతున్నాడు. అప్పులో ఒక వెయ్యి రూపాయలు తగ్గిపోతే, యెంతో భారం తగ్గినట్టు ఫీలవుతున్నాడు.

24

చూస్తుండగానే రిషి అయిదో పుట్టినరోజు వచ్చింది. వాడి సంతోషం కోసం పార్టీ చేస్తాడు ఆనంద్. కృష్ణే ఏర్పాట్లన్నీ చేస్తాడు ప్రతిసారీ. ఈసారి ఆనంద్ ఆర్థికంగా కాస్త కోలుకున్నాడు. కాస్త ఘనంగానే చేశాడు. కృష్ణ తెచ్చిన డ్రస్సు చూచి మందలించాడు.

"అంత ఖరీదుపెట్టి కొనకపోతే స్నేహితులము కామా? ఏమ్మా! నువ్వయినా చెప్పకూడదూ?" కృష్ణ భార్యను అడిగాడు. ఆమె నవ్వింది.

"మగాళ్ళు మా మాట వింటారా అన్నయ్యా! మీరనుకున్నదే వేదం..." ఆమె తమాషాకు అన్నా, తనను యెత్తి పొడుస్తున్నట్టు భావించాడు.

పార్టీ అయిపోయింది. రిషి రంగనాథరావుతో కబుర్లు చెబుతున్నాడు.

ఆనంద్ రాత్రి మద్రాసు వెళ్ళాలని బట్టలు సర్దుతున్నాడు.

"ఆనంద్ ! నాకో విషయం చెప్పాడు" కృష్ణ తటపటాయిస్తూ దగ్గరగా వచ్చాడు.

"ఏం అడుగుతాడు? మద్రాసులో కవితను గూర్చి కాదు కదా!" క్షణం నిలబడిపోయాడు.

"వివాహం మనిషికి అవసరమే కాని అవతల వ్యక్తిని చూడాలిగా..."

"అసలేమిట్రా నీ గోల?"

"ఏం లేదు. పునర్వివాహం చేసుకోవాలని ఉద్దేశ్యముంటే ఆ శాంభవే దొరికిందా? నువ్వడిగితే చెంప పగలగొట్టానని ప్రగల్భాలు పలుకుతుంది!"

"ఏమిటి? ఆవిడను నేను.... నన్ను వివాహం చేసుకొమ్మని అడిగితే కొట్టిందా?" సూట్‌కేసు మూసి వచ్చాడు.

"అని ఆవిడ ప్రచారం చేస్తుంది."

"ఇప్పుడర్థమయింది కృష్ణా! నీకు నా దగ్గర చనువుంది కాబట్టి స్పష్టంగా అడిగావు. కొందరు మడతమాటలతో వ్యంగ్యంగా అడిగారు..." అన్నాడు. జరిగింది చెప్పాడు.

"నీ గురించి చాలా నీచంగా మాట్లాడింది..."

"నువ్వేం వివరాలు చెప్పనక్కరలేదు. నేనూహించగలను. కవిత గురించి మాట్లాడినప్పుడే అర్థం చేసుకున్నాను."

"కవిత గురించి ఏమన్నది?"

"అదంతా యెందుకు? రిషీ, నాన్నా జాగ్రత్త!"

"ఆనంద్! నువ్వు రాగానే మన ట్యుటోరియల్ కాలేజీ ప్రారంభించేది ఖాయం."

"కృష్ణా! యువజ్యోతిని మరి పెద్దది చేస్తున్నావురా! స్త్రీల విభాగం, పిల్లల విభాగం, యువకుల విభాగం, లైబ్రరీ ఇవన్నీ చాలవా?"

"అబ్బే! అర్థరాత్రయినా ఒక్కమాట నాతో మాట్లాడగలుగుతున్నారు. అదీ లేకుండా చేద్దామని అన్నయ్యగారూ!" అతని భార్య విసుక్కుంది.

"అలా దినమంతా పని ఉంది కాబట్టి ఒకరికొకరం దూరంగా ఉంటాము కాబట్టి మనిద్దరి మధ్య ఆకర్షణ పెరుగుతుందోయ్!"

"చాల్లెండి సమర్థింపులు..."

"వీడి సమర్థింపు చూస్తే సుఖ సంసారానికి సోపానాలు అంటూ క్లాసులు ప్రారంభించేలా ఉన్నాడు."

"ఆఁ. అలాంటి మంచి పనిచేస్తే చెవులుపిండి, నిన్నే నా మొదటి విద్యార్థిగా చేర్చుకుంటాను."

ఆనంద్ ముఖం గంభీరంగా మారిపోయింది.

అతనికీసారి వెళ్ళటం అసలిష్టం లేదు. యుగళగీతంలో తనతోపాటు కవిత పాడుతుంది. ఆ సందర్భం యెలా ఎదుర్కోవాలో అర్థం కాలేదు.

మద్రాసులో దిగి ప్రొడ్యూసర్లు ఏర్పాటు చేసిన ఉడ్‌లాండ్స్‌లో దిగాడు. రెండు గంటలనుండి కాల్‌షీటు. తెల్లని పైజామా, షర్టు వేసుకున్నాడు అనువుగా వుంటుందని. కవిత... కవిత ఎలా ఉంటుంది? లక్షలు ఆర్జిస్తుంది! ఎంత మారిపోయిందో! మాక్సీలు వేస్తుందా! మినీలు వేస్తుందా! నాగరికతా ప్రపంచములో అంతా కృత్రిమమే.

మెల్లగా తయారయి, కారు రాగానే వెళ్ళాడు. అతనికి చాలా ఉద్వేగంగా ఉంది. రకరకాల మాటలు వినాలి. అతను కూర్చున్నాడు. మ్యూజిక్ డైరెక్టరు వచ్చి పాట ట్యూన్ వినిపించాడు. అది ప్రాక్టీస్ చేస్తున్నాడు.

"కవితగార్కి ఫోన్ చెయ్యనా బయలుదేరమని?"

"ఆవిడకేమయ్యా! సంగీత సరస్వతి! ఒక్కసారి చెబితిమా... పాట వొచ్చును" అన్నాడా అరవ మ్యూజిక్ డైరెక్టరు.

ఒకనాడు సరిత పోరుపడలేక తన భార్య సంగీత సరస్వతి అని అబద్ధం ఆడాడు. అది నిజమయ్యేనాటికి ఆమె చాలా దూరం అయింది.

పిచ్చిపిచ్చిగా మాట్లాడుతున్న వారంతా గమ్మున ఉండిపోయారు. అందరూ మర్యాదస్తుల్లా సర్దుకు కూర్చున్నారు. బిస్కట్ రంగు ఫియెట్ ఆగింది. డ్రయివరు దిగివచ్చి తలుపు తీశాడు. అందులో నుండి దిగిన మూర్తిని చూచి అతను తెల్లబోయాడు. తెల్లటి వెంకటగిరి చీర భుజాలమీదుగా కప్పుకుంది. తన జ్ఞాపకార్థం అమ్మకుండా వుంచుకున్న ఎర్రరాళ్ళ కమ్మలు, మట్టి గాజులు, ఎర్రని బొట్టుతో పవిత్రతకు మారుపేరుగా వుంది. అందరూ నమస్కరించారు.

"నమస్తే!" చేతులు జోడించింది.

"ఏయ్ ... లే" హాస్య నటుడికి పాడుతానని వచ్చిన రమేష్ భుజంమీద పొడిచాడు.

"దక్షిణ దేశపు లతామంగేష్కర్ అంటారు. ఆమెను చూస్తే అందరికి హడల్."

"యెందుకు!"

"వెకిలితనం, వెకిలి మాటలు ఆమెకు గిట్టవు!"

ఆనంద్ తలయెత్తి చూచాడు. కవిత అయిదేళ్ళ కుర్రాడికి బిస్కెట్లు ఇచ్చి, ఏదో అని నవ్వుతుంది.

"ఆమెకో కొడుకు పుట్టాక, ప్రవర్తన మంచిదికాదని భర్త తన్ని తగలేశాడంటారు కొందరు, నమ్మటానికి వీలులేదు!" అన్నాడు.

"ఆ కుర్రాడిని నేనయినా బాగుండేది" మరొకతను అన్నాడు.

రోజూ అలాంటి పిల్లలతో అరగంట ఆడుకుంటుందట. ఆంధ్ర అసోసియేషన్ వారు నడిపే చిన్నపిల్లల బడికి వెళ్ళి ఓ గంట పాటలు నేర్పుతుందట.

"రండి కవితగారూ! వీరే ఆనంద్‌గారు."

నిర్మాత పరిచయం చేశాడు. ఆనంద్‌కు నమస్కరించక తప్పలేదు. ఆమె చిరునవ్వుతో నమస్కరించింది. అందరూ కూర్చున్నారు.

"చూడమ్మా! పరిస్థితులకు బానిసలయిన భార్యాభర్తలు విడిపోయి పాడే విరహగీతం" పాటను వివరించాడు.

"అర్థం అయిందండీ...." అన్నది ముక్తసరిగా. ఆమె ఎదురుగా అమ్మా, తల్లీ అనే మాట్లాడతారు అందరూ. వినయ విధేయతలతో ప్రవర్తిస్తుందామె.

ఇద్దరూ ప్రక్కప్రక్కనే కూర్చున్నారు. ఆమె రెండు మూడుసార్లు పలుకరించాలని ప్రయత్నించి అందరి దృష్టి తమవైపే ఉండడంతో ఆగిపోయింది.

ఒక టేక్ అయింది. ఆమె పాట బాగానే వచ్చింది. ఒకటి రెండు చోట్ల ఆనంద్ బాగా పాడలేదు. మళ్ళీ రిహార్సల్స్ ప్రారంభించారు. అరగంట తరువాత అంతా రెడీ అయింది.

"రిషి ఎలా వున్నాడు?"

"బ్రతికే వున్నాడు!" చురుకుగా చూశాడు.

"ఎన్నమ్మా! ప్రారంభం చేయుదమా?"

"అలాగే" సర్దుకుని కూర్చుంది.

ఈసారి ఇద్దరూ పాటలో లీనమయి పాడారు. పాడిన వారికి, విన్నవారికి కళ్ళు చమర్చాయి.

"ఎక్సలెంట్! బాగా పాడితిరి" మ్యూజిక్ డైరెక్టరు చాలా మెచ్చుకున్నాడు.

"అమ్మా! కాఫీ తీసుకుందురా?" బాయ్ పరుగెత్తుకు వచ్చాడు.

"కారులో ఫ్లాస్కు ఉంది. టీ ఉంటుంది తీసుకురా."

ఆనంద్ కాస్త దూరంగా వెళ్ళాడు.

"మనిషి అంటే కవితగారేనయ్యా! ఎంత నిష్ఠ, నియమము! కొందరు ప్రొడ్యూసర్ రక్తం పీల్చాలంటారు. కారు తనదే, టీ తనదే" ఆమెను గూర్చి ప్రొడక్షన్ మేనేజర్, మరొకతను మాట్లాడుకుంటున్నారు.

"ఈవిడ చెల్లెలే కదూ సెక్సుబాంబ్ షబ్నమ్?" ఆనంద్ అడిగాడు ఏమంటారోనని చూస్తూ.

"తెరమీద సెక్సు ప్రదర్శించినా, నీతి నియమాలుగల అమ్మాయి! మంచి భవిష్యత్తున్నా, అక్క మాటమేరకు వివాహం చేసుకుని అమెరికాలో ఉన్నది" అన్నారు. అతను చాలా రిలీఫ్‌గా ఫీలయ్యాడు.

చీకటిపడ్డాక తను వెళ్ళిపోతూ ఒక్కసారి కవితవంక చూచాడు. నిర్లిప్తంగా వెళ్ళి కారులో కూర్చుంది. ఎందుకో ఆ విచారం అనుకున్నాడు.

"ఈరోజు కంఠాలు అరువిచ్చినట్టు పాడలేదయ్యా! హృదయాలను చీల్చుకుని వచ్చిందా పాట!" పాటల రచయిత మెచ్చుకున్నాడు.

నిజమే ఇద్దరూ విరహంతో వేగిపోతున్నారు. ఆనంద్‌కు విపరీతంగా కోపం వచ్చింది. ఈనాడు ఆమె ఓ పెద్ద నేపథ్యగాయని కావచ్చు. ఒకప్పుడు తను అంతస్తు, హోదా మరిచి ఆమెను వివాహం చేసుకున్నాడు. ఆ విశ్వాసమన్నా లేదా? ఒక్కమాట, ఒక్క పిలుపు పిలిస్తే ఏం? అశాంతిగా ఆ రాత్రంతా బీచ్‌లో గడిపాడు.

కవిత రికార్డింగు నుండి వచ్చి తన గదిలో కూర్చుంది. ఆమె మనసులో ఎన్నో రీళ్ళు. తన బాల్యం చలాకీగా, అల్లరిగా తిరుగుతూ ముగ్గురూ అమ్మ, నాన్నలతో చీవాట్లు తినటం, తండ్రి తమను గొప్పగా చదివించుకోవాలనుకోవటం, ఆయన దురదృష్టాన్ని వరించాక, ఆనంద్ రూపంలో అదృష్టం వరించిందని ఎంత ఆనందపడింది. అమృతం, హాలాహలం, అదృష్టం, దురదృష్టం కలసి ఉంటాయని తెలియవు. ఆ రోజు ఎంత క్రూరమయింది!

"అమ్మా! చిన్నమ్మ ఉత్తరం వచ్చింది" గౌరి ఉత్తరం తెచ్చి ఇచ్చింది.

"అక్కా! నేను ఇక్కడ ఆనందంగా ఉన్నాను. ఆయన కూడా చాలా బాగా చూస్తారు. నా విచారమల్లా నీ గురించే. ఆయన తిరిగి వివాహం చేసుకోబోతున్నట్లు పుకార్లున్నాయంటున్నావు. నీకేం తక్కువ! నీవు తిరిగి జీవితంలో స్థిరపడు. రిషిని వాళ్ళు నిర్లక్ష్యం చేసినరోజు మనమంతా లేమూ! ఆలోచించు" ఆ తరువాత ఆమె చూచిన ప్రదేశాలు వర్ణించింది.

తమ మధ్య ఏం జరిగిందని మరిచిపోయి మళ్ళీ వివాహం చేసుకుంటుంది!

ఆనంద్ తిరిగి వివాహం చేసుకోగలడా!

"అమ్మా! స్నానం చేస్తారా?"

"నాకు తలనొప్పిగా ఉంది! నువ్వు భోజనం చేసి పడుకో" అన్నది. ఆమె వెళ్ళిపోయాక బల్లమీదున్న ఫొటో తీసింది. తను రిషిని ఎత్తుకుంది. ఆనంద్ తన భుజంమీద చెయ్యివేసి నిల్చున్నాడు. తమాషాగా రిషికి అన్నప్రాసన

చేద్దామనుకున్న రోజు తీసిన ఫొటో అది. "నాన్నా!" ఫోటో గుండెలమీద పెట్టుకుని కుమిలికుమిలి పోయింది.

మర్నాడుదయం లేచి, రికార్డింగ్‌కు రాలేనని ఫోన్ చేద్దామని ఫోన్ దగ్గరకు వెళ్ళేసరికి ఫోన్ రింగయింది.

"హలో... వణక్కం... అమ్మా! కవితమ్మా! రికార్డింగ్ కాన్సిలాచ్చి. అంత పయ్య ఆనంద్ జలుబు చేసిందట. రాత్రంతా బీచ్‌లో ఉండు నా! జలుబు చెయ్యదా."

"సరే, సరే" ఫోన్ పెట్టేసింది. ఆమె తల భారమయింది. తనలా అతనూ నిదురకు దూరమయ్యాడేమో!

బట్టలు మార్చుకుని బయటికి వచ్చింది. డ్రైవరు కారు తెచ్చాడు.

"ఉడ్‌లాండ్స్‌కు పోనియ్యి."

కారు ఆగగానే దిగింది. ఆనంద్ గదిలో అడుగుపెట్టబోతూ ఆగి పోయింది.

"ఆనంద్! మీ నాన్న ఒంటరివాడవని ఫోన్ చేశాడుగాబట్టి సరిపోయింది. నువ్వు సెటిల్ అవ్వాలి. మళ్ళీ వచ్చేటప్పుడు..."

"ఒంటరిగా రాను అంకుల్ సరా! నేను అదే ఆలోచిస్తున్నాను. రాజమ్మ పెద్దదయిపోయింది."

తరువాత చెప్పే వివరాలు వినలేదు. విని బ్రతుకలేదు. గిరుక్కున వెనక్కు తిరిగిపోయింది.

మరురోజు తన పాతధోరణిలో కదలక, మెదలక అందరితో పాడినట్టే పాడి వెళ్ళిపోయింది.

"ఉహుఁ! ప్రొడక్షన్ వాళ్ళు చెప్పనేలేదా! పొగరు, గర్వం, అహంకారం." అతనికి మునుపెన్నడులేని ఆగ్రహం కలిగింది. తను తిరిగి వివాహం చేసుకుని బుద్ధి చెప్పాలి అనుకున్నాడు. ఆ రోజే మరో రెండు సినిమాలకు పాడతానని అగ్రిమెంటు రాసుకున్నాడు.

25

కుమార్ తీసుకువచ్చిన సంబంధం తండ్రికి చాలా నచ్చింది. పల్లెటూరి జమీందార్లు. పొలం ఇస్తామంటున్నారు. అమ్మాయికి మశూచి వచ్చి ముఖం కాస్త కళ మారిందట.

"నువ్వు ఊఁ అను వారం రోజులలో వివాహం జరిపించేస్తాను ఆనంద్! నీకు తెలియని విషయాలు కొన్ని చెబుతాను విను. మొదట అందకత్తెను చేసుకున్నావ్, ఏం సుఖపడ్డావ్? నీకు మాయనిమచ్చ మిగిల్చిపోయింది."

"ప్లీజ్! కుమార్."

"పోనీలే, ఇంటిని కనిపెట్టుకుని ఉండటానికి యెవరో ఒకరు కావాలిగా, బయటి అందాలకేం కరువులేదు."

"చూడు కుమార్! ఒక్కొక్కరి అభిప్రాయాలు ఒక్కొక్కరీతిగా ఉంటాయి. నాకు భార్య కావాలనుకోవటం లేదు. నా రిషికి తల్లి కావాలి. వాడు అడిగే ప్రశ్నలకు..."

"జవాబు చెప్పలేకపోతున్నావు! అవునా? ఒకవేళ క్షమించానని నీ భార్యను రమ్మన్నా, అవివేకమే అవుతుంది."

"ఎందుకు?"

"ఆవిడ లోగడ ఎన్నిసార్లు నీ స్నేహితుడు కృష్ణ దగ్గరకు రాలేదు? కనీసం నీ పిల్లాడిని చూడటానికయినా వచ్చిందా?"

"అబద్ధం... అబద్ధం...."

"ఇప్పుడు వెళ్ళి చూడు, కృష్ణ ఇంట్లో ఉంది! వరంగల్లులో పౌరసన్మానం జరిగింది. అదీ కృష్ణే చేయించాడని అందరూ అనుకుంటున్నారు."

"అబద్ధం!"

"నువ్వింకా ఎంత అంధకారంలో ఉన్నావ్! మా క్లబ్బు తరపున చేద్దామని వెళ్ళేసరికి కృష్ణ కౌగిలిలో...."

"షటప్!"

"ఐ పిటీ యూ. మనసు మార్చుకుంటే కబురుచేయి."

"ఐ సే గెట్ అవుట్!" కుమార్ వెళ్ళిపోయాడు. ఓ దృఢ నిశ్చయముతో బయలుదేరాడు ఆనంద్.

"ఆ రాక్షసి కృష్ణ ఇంట్లో ఉందట."

"అదెట్లా పోతే మనకేంరా..." అని ఆయన అంటున్నా వినిపించుకోలేదు.

* * *

"మిత్రద్రోహీ... ఛీ....ఛీ...." కృష్ణ ఇంట్లో అడుగుపెట్టి ఆగిపోయాడు. కృష్ణ, అతని భార్య, కవిత తలొక చోట కూర్చున్నారు. కవిత మూర్తీభవించిన శోకదేవతలా ఉన్నది.

"కవితా! నన్ను అన్నయ్యగా అంగీకరించి రిషి మంచి చెడ్డలు చూడమన్న నాడే నీపై అధికారం చెలాయించే హక్కు వచ్చేసిందమ్మా."

"అన్నయ్యవే... నేను ఇలా క్రుగ్గిపోవటం నీకిష్టమేనా! కన్న కొడుకును దూరం నుండే కంటితో చూచిపోవటానికి నేనెంత క్షోభ ననుభవిస్తున్నానో తెలియదు."

"అందుకే నేను ఆనంద్‌తో మాట్లాడతాను."

"వద్దన్నయ్యా! వారి జీవితంలోనుండి తొలగిపోతానని వారిమీదే ప్రమాణం చేయించారు రంగనాథరావుగారు!"

"గాడిద గుడ్డు!"

"ఆయనకే ఆపదా రాకూడదన్నయ్యా!" కళ్ళు వొత్తుకుంది.

"అయ్యో! నీలాంటి వెర్రిది ఉంటే ఆపదెలా వస్తుంది? వేలకు వేలు నిర్మాతల పేరుమీదుగా పంపుతుంటే."

"నా సంపాదన నా భర్తకీ, కొడుక్కీ కాక మరెవరికి? ఒక్కమాట ఇవ్వు కృష్ణా ! ఆనంద్ తిరిగి వివాహం చేసుకుంటే రిషిని పబ్లిక్‌స్కూలు హాస్టల్లో చేర్పించు."

"యెలాగమ్మా?"

"నాకోసం యెన్నో అబద్ధాలు ఆడావు. నేను పంపినవన్నీ రిషికి నీ తరఫున అందజేసినట్టే."

"అయినా వాడు మళ్ళీ పెళ్లి చేసుకుంటాడన్న అనుమానం నీకెందుకు వచ్చింది?"

"నేను స్వయంగా నా చెవులతో విన్నాను అన్నయ్యా! వారిని చూచి చలించిపోయాను. అతని చేతులలో సేద తీరాలనుకున్నాను. అతని చూపులు యెంతో దూరంలో నిలబెట్టాయి. మరునాడు ఆరోగ్యం బాగాలేదని తెలిసి హోటలుకు వెళ్ళాను."

"మైగాడ్! మీరిద్దరూ కలుసుకున్నారా?"

"లేదు. వెళ్ళేసరికే ఆయన జీవితంలో స్థిరపడతానని వారి బంధువులతో అనటం విన్నాను. ఆ రోజు నేనుబడ్డ క్షోభ చెప్పినా అర్థంకాదు" వెక్కి వెక్కి ఏడ్చింది కవిత.

"ఛ...ఊర్కో కవితా...ఊర్కో! మళ్ళీ ఆ రోజులు వస్తే ఎంత బాగుండును!" కృష్ణ భార్య ఓదార్చింది.

ఆనంద్ అప్రతిభుడయినట్టు నిలబడిపోయాడు. ఒక బలహీనురాలు బ్రతకటానికి తనకున్న కళను ప్రదర్శిస్తే బజారు మనుషులని ఈసడిస్తారు. తన తండ్రి యెంత నటకుడు!

"ఓ.... నువ్వు... నువ్వు" ఆగిపోయాడు కృష్ణ.

"రాకూడని సమయంలో వచ్చానా?"

"అన్నయ్యా! నేను వెళ్లొస్తాను" కవిత లేచి భుజాల మీదుగా పమిట లాక్కున్నది.

ఆనంద్ లోపలికి వెళ్ళి కవిత ముందు నిల్చున్నాడు. ఎన్నో నిష్ఠూరాలు ఆడాలని, ఎన్నో నిందలు వెయ్యాలని వుంది. నోరు పెగిలిరాలేదు. 'కవీ!' మెల్లగా పిలిచాడు.

ఆమె తలయెత్తి చూచింది. ఆ కళ్ళలో నిండుగా నీరు, నీటిలో ఆనంద్ ప్రతిబింబం ఆమె అణువణువునా ఉన్నట్టు కనిపించింది. ఆమె భుజాలపై చేతులు ఆన్చాడు.

"ఊc... వెళ్ళి కాఫీ పెట్టు" కృష్ణ భార్యకు ఆదేశించి బయటకు వెళ్ళాడు.

"కవీ! అన్నింటిలో నువ్వే గెలిచావు! వ్యక్తిత్వంలో, కళలో, ఔదార్యంలో, త్యాగంలో అన్నింటా నువ్వే గెలిచావు!"

"అంతగా పొగిడెయ్యకండి అన్నగారూ..." మిసెస్ కృష్ణ ఆ గదిలో నుండి వరండాలోకి వెళ్ళిపోయింది.

"నన్ను క్షమించు కవితా! ఆవేశంలో ఏవేవో నిర్ణయాలు తీసుకుంటాం. ప్రజాదరణ పొందిందే కళ. ఒంటిమీద కండలతో పచ్చిగా వ్యాపారం చేస్తున్న ఈ రోజులలో..."

అతను ఆగి ఆమె కళ్ళు ఒత్తాడు.

"అమ్మయ్య! కృష్ణయ్యా కత్తిమీద సాములా ఉంది." రిషిని నడిపించు కుంటూ వచ్చింది రాజమ్మ.

"ఆంటీ....." రిషి పరుగున వచ్చి కవితను కౌగలించుకున్నాడు.

"ఓ.... డాడీ ఇక్కడున్నారా?" వాడు భయంగా చూచాడు.

"ఆంటీకాదు రిషీ! మమ్మీ!"

"ఏం కాదు!"

"ప్రామిస్! కావాలంటే అడుగు."

రిషి ప్రశ్నార్థకంగా చూచాడు. కన్నీటితో అవునని తలూపి కొడుకును హృదయానికి హత్తుకుంది. రాజమ్మ పిల్లిలా జారుకుంది.

కొండంత మబ్బు క్షణంలో తేలిపోయినట్టు అయింది.

అతని హృదయం గాలిలో తేలిపోతోంది. చిన్నపిల్లాడితో కేరింతలు కొట్టాలని ఉంది.

కవిత కొడుకు బుగ్గలను ముద్దులతో తడిపేస్తూ తను అలసిపోయానని, డాడి పాట పాడనివ్వలేదని చెబుతోంది.

"కవీ... నేనేం పాపం చేశాను!"

"శాంభవిగారితో స్నేహం చేశారు?" అన్నది కొడుకు జుట్టు సవరిస్తూ నవ్వి.

"మైగాడ్! ఈ వార్త నీవరకు వచ్చిందా?" అన్నాడు.

"డాడీ! నేను మమ్మీతో వెళ్ళనా?"

"మమ్మీయే మనదగ్గరకు వస్తుందిరా!"

"రాదంట! తాతయ్య రానివ్వడంట!"

"తాతయ్యను నువ్వు అడగలేవా?"

"మమ్మీ కోసం తాతయ్యతో ఫైట్ చేస్తాను" రిషి అంటుంటే అందరూ నవ్వారు.

కృష్ణ మిక్చరు తెచ్చాడు. కాఫీ టిఫిన్‌లు అయ్యాయి.

"మధ్యవర్తిత్వంతో చచ్చాను. మీరు రాజీ పడినట్టేనా?"

"రోజూ కార్యక్రమాలతో చస్తూనే వున్నావు. ఇదో లెక్కా!"

"అవున్రోయ్! కార్యక్రమం అంటే గుర్తుకు వచ్చింది. ఎల్లుండి మన యువజ్యోతి వాళ్ళు నిర్వహించే మూడో కార్యక్రమము. దాంట్లో మీరిద్దరూ పాడతారు."

"కృష్ణా! నాకు మద్రాసులో..."

"మద్రాసులో కాదు, స్వర్గంలో వున్నా ఈ కార్యక్రమానికి ఉండవలిసిందే. కాదంటే ఇద్దరిని హౌస్ అరెస్టు చేస్తాను."

"ఆనంద్ బాబూ! అయ్యగారు యెట్లాగో చేస్తున్నారు. అర్జంటుగా రమ్మన్నారు" పీరయ్య పరుగున వచ్చాడు.

"మీరు పదండిరా... మేం వస్తాం."

ఆటోలో ఆనంద్, కవిత, రిషిని పంపాడు. ఆనంద్ ఆందోళనగా చూస్తున్నాడు.

"కవీ! కష్టాలు తీరి అందరం సుఖంగా బ్రతకటం ఇష్టంలేదేమో విధికి" ఆనంద్ దిగులుగా అన్నాడు.

రిషి మాత్రం కబుర్లు చెప్పేస్తున్నాడు.

"ఆయనకేమయినా అయిందంటే ప్రమాణం మరచిపోయిన పాపం నాదే!"

"డోంట్ బి సెంటిమెంటల్" అన్నాడు మందలింపుగా.

వారిద్దరూ దిగేసరికి రాజమ్మ దిష్టి నీళ్ళు పట్టుకుని నిల్చుంది. రంగనాథరావు గుండులా గుమ్మంలో నిల్చున్నాడు. పనివారు, తండ్రి కలిసి ఆడిన నాటకం అర్థం అయింది.

"ఆనంద్ బాబూ? రిషిబాబు చేయి పట్టుకో..." ముగ్గురిని నిలబెట్టి ఎర్రనీళ్ళు తీసిపోసింది. ఆనంద్, రిషి లోపలికి వెళ్ళారు.

"రామ్మా...." రంగనాథరావు కెన్నో చెప్పాలని వుంది. క్షమార్పణ చెప్పాలని ఉంది. ఏదీ చెయ్యలేకపోయాడు. కవిత మెల్లగా లోపలకు వెళ్ళింది. బయట గదిలో తాతా మనవల ముచ్చట్లు, వంటింట్లో రాజమ్మ, పీరయ్యల హడావుడి, మధ్య గదిలో కవిత, ఆనంద్ ఒకరినొకరు చూస్తూ మాటలు రానట్టు మూగ బోయినట్టు కూర్చుండిపోయారు. యెన్నో యుగాల యెడబాటు తరువాత చూచుకున్నట్టున్నాయి ఆ చూపులు. రేడియో కవిత పేరు అనౌన్సు చేసినా వినిపించలేదు ఇద్దరికీ.

శ్రీమతి మాదిరెడ్డి సులోచన నవలలు

1. జీవనయాత్ర
2. తరంగాలు
3. కలహంస
4. అందగాడు
5. అపురూప
6. నాగమల్లికలు
7. సంధ్య
8. శిక్ష
9. పూలమనసులు
10. Mr. సంపత్ M.A.
11. లాహిరి
12. సజీవ స్మృతులు
13. స్నేహప్రియ
14. రాలినరేకులు
15. నవతరం
16. ఎంత ఘాటు ప్రేమయో
17. పంతులమ్మ
18. వారసులు
19. కలకాదు సుమా
20. వంశాంకురం
21. అందని పిలుపు
22. నెలవంక
23. బిందుపథం
24. సుప్రియ
25. గడ్డితినే మనుషులు
26. మరో ప్రేమకథ
27. గాజు బొమ్మలు
28. ప్రేమ పంజరం
29. అపరంజి
30. సంసార నౌక
31. పుణ్య పురుషులు
32. ఋతుచక్రం
33. చిగురాకులలో చిలకమ్మ
34. మీరైతే ఏంచేస్తారు
35. ఆశయాల ఆఖరిమెట్టు
36. అధికారులు - ఆశ్రిత జనులు
37. సంధ్యారాగం
38. గెలుపు నాదే
39. అభినేత్రి
40. యిల్లుకట్టి చూడు పెళ్ళి చేసిచూడు
41. అద్దాల మేడ
42. మామూలు మనుష్యులు
43. శృతి తప్పిన యుగళగీతి
44. శ్రీనిలయం
45. ప్రేమలు పెళ్ళిళ్ళూ
46. ఎదగని మనసులు
47. నిరీక్షణ
48. వీడని నీడ
49. శ్రీమంతులు
50. అగ్ని పరీక్ష
51. యక్షగానం
52. రాగమయి
53. నాతోపాటు నల్గురం
54. పద్మవ్యూహం